ښوونځی - trường học		2
سفر - du lịch		5
ترانسپورت - vận chuyển		8
ښار - thành phố		10
منظره - phong cảnh		14
ریستورانت - khách sạn		17
لوی پلورنځی - siêu thị		20
څښاک - thức uống		22
خواړه - thức ăn		23
کرونده - nông trại		27
کور - nhà		31
د اوسیدو خونه - phòng khách		33
پخلنځی - bếp		35
حمام - phòng tắm		38
د ماشوم خونه - phòng trẻ em		42
پوښاک - y phục		44
دفتر - văn phòng		49
اقتصاد - kinh tế		51
مسلکونه - nghề nghiệp		53
لوازم - dụng cụ		56
د میوزیک آلات - nhạc cụ		57
ژوبڼ - vườn bách thú		59
ورزش - thể thao		62
فعالیتونه - các hoạt động		63
کورنۍ - gia đình		67
بدن - cơ thể		68
روغتون - bệnh viện		72
عاجل - cấp cứu		76
ځمکه - trái đất		77
ساعت - đồng hồ		79
اونۍ - tuần lễ		80
کال - năm		81
شکلونه - hình dạng		83
رنګونه - màu sắc		84
متضاد - đối lập		85
شمیري - con số		88
ژبې - các ngôn ngữ		90
څوک/څه/څنګه - ai / cái gì / như thế nào		91
چیري - ở đâu		92

Impressum
Verlag: BABADADA GmbH, Nedderfeld 112 , 22529 Hamburg
Geschäftsführer / Verlagsleitung: Harald Hof
Druck: Books on Demand GmbH, In de Tarpen 42, 22848 Norderstedt

Imprint
Publisher: BABADADA GmbH, Nedderfeld 112 , 22529 Hamburg, Germany
Managing Director / Publishing direction: Harald Hof
Print: Books on Demand GmbH, In de Tarpen 42, 22848 Norderstedt, Germany

ښوونځی
trường học

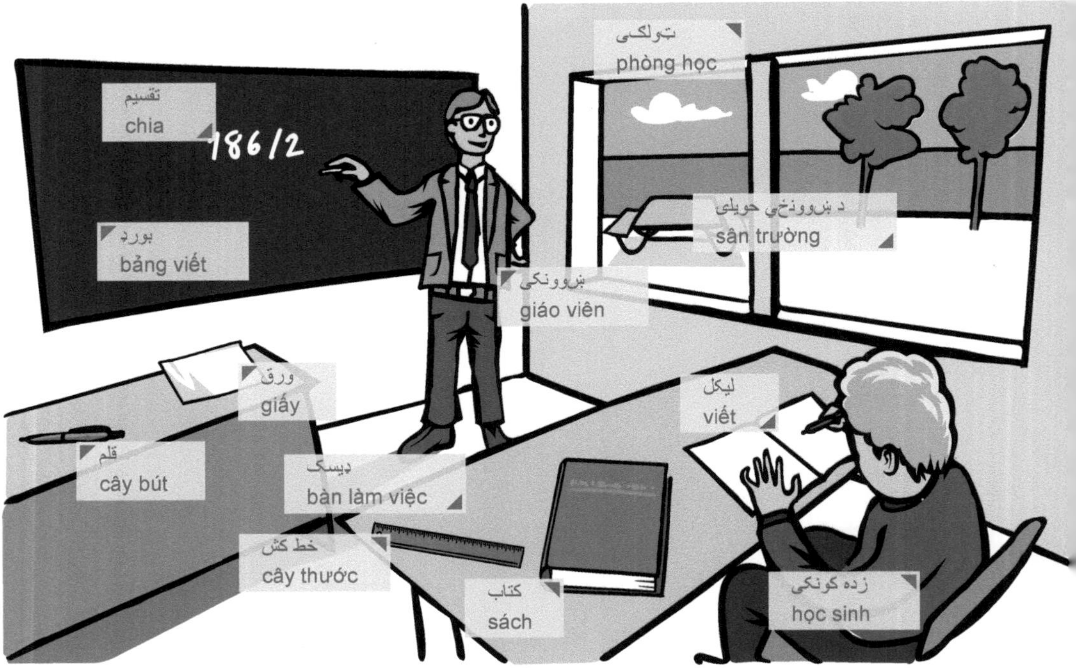

ټولګی
phòng học
تقسیم
chia
186/2
د ښوونځي حويلۍ
sân trường
بورډ
bảng viết
ښوونکی
giáo viên
ورق
giấy
لیکل
viết
قلم
cây bút
ډیسک
bàn làm việc
خط کش
cây thước
کتاب
sách
زده کونکی
học sinh

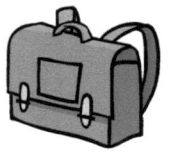

کڅوړه

cặp đeo vai học sinh

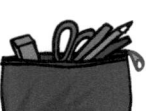

د پنسل بکسه

hộp đựng bút

پنسل

bút chì

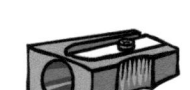

پنسل تراش

cái gọt bút chì

ربړ

cục tẩy

د رسامۍ پاڼه

tập giấy vẽ

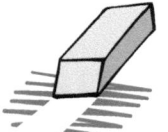

رسامي

bản vẽ

د نقاشی برس

cọ vẽ

د نقاشی بکس

hộp mực vẽ

قیچي

cây kéo

سریش

keo dán

د تمرین کتاب

sách bài tập

کورنی دنده

bài tập ở nhà

12

شمیر

số

2+2

جمع

cộng

5-2

منفي

trừ

2×2

ضرب

nhân

حساب

tính toán

A

توری

chữ cái

ABCDEFG HIJKLMN OPQRSTU VWXYZ

الفبا

bảng chữ cái

hello

کلمه

từ

متن

văn bản

لوستل

đọc

تباشير

phấn viết

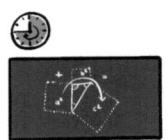

درس

bài học

راجستر

sổ lớp

ازموينه

thi kiểm tra

تصديق پانه

chứng chỉ

د ښوونځي يونيفارم

đồng phục học sinh

تعليم

giáo dục

دايره المعارف

từ điển bách khoa

پوهنتون

đại học

مايكروسكوپ

kính hiển vi

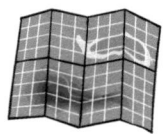

نقشه

bản đồ

اشغالدانى

thùng rác giấy

سفر

du lịch

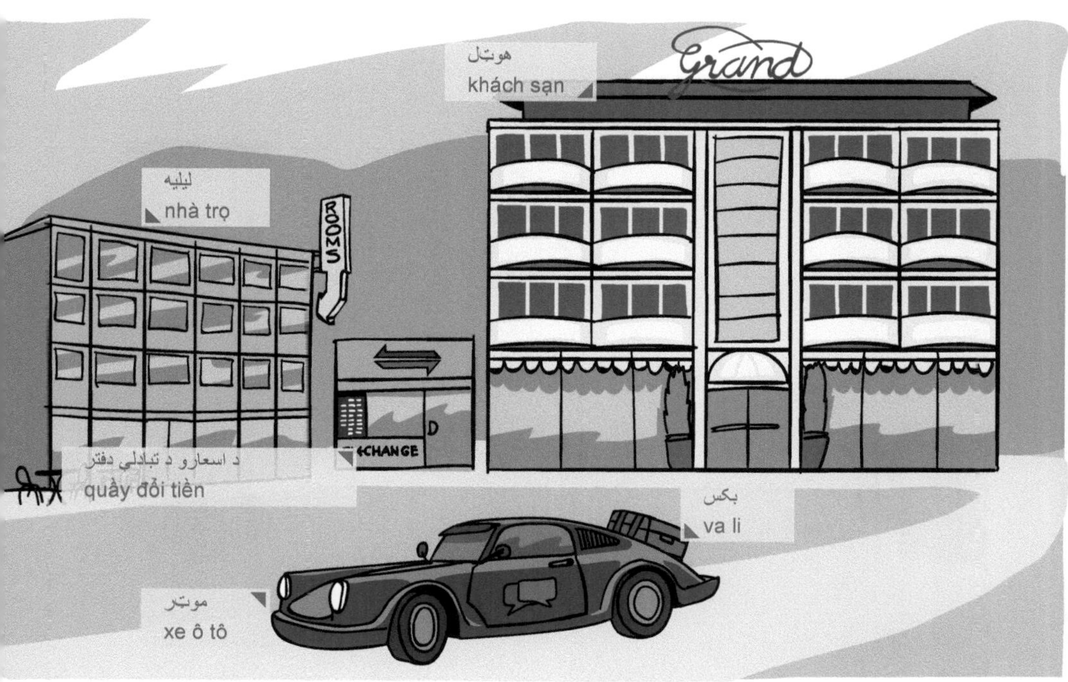
Grand
هوټل
khách sạn
ليليه
nhà trọ
ROOMS
د اسعارو د تبادلې دفتر
quầy đổi tiền
بکس
va li
موټر
xe ô tô

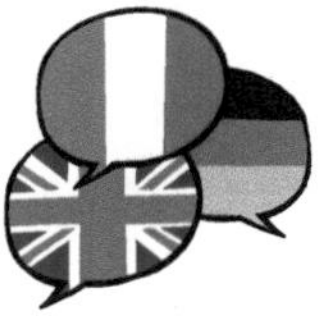

ژبه

ngôn ngữ

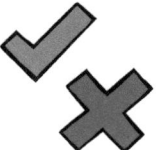

هو/نه

có / không

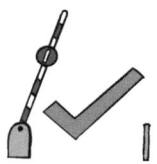

سمه ده

ô kê

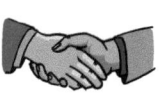

سلام

Xin chào

ژباړونکی

thông dịch viên

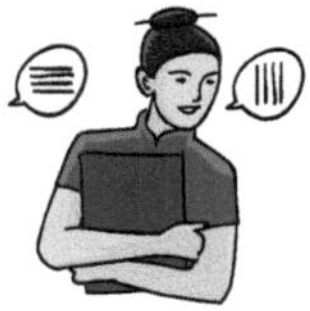

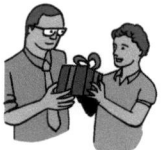

مننه

cám ơn

څومره دي...؟

... bao nhiêu tiền?

زه نه پوهیږم

tôi không hiểu

ستونزه

vấn đề

ماښام مو پخیر!

Xin chào! (buổi tối)

سهار په خیر!

xin chào! (buổi sáng)

شپه په خیر!

chúc ngủ ngon!

په مخه مو ښه

tạm biệt

لاریون

hướng đi

سامان

hành lý

بیگ

túi xách

شاتنی بکس

túi ba lô

میلمه

khách

خونه

phòng

د خوب کڅوړه

túi ngủ

خیمه

lều

د توریزم معلومات

thông tin du lịch

ساحل

bãi biển

کریدیټ کارت

thẻ tín dụng

ناری

ăn sáng

د غرمی خواړه

ăn trưa

د شپی خواړه

ăn tối

ټیکټ

vé xe

لفټ

thang máy

مهر

tem bưu điện

پوله

biên giới

ګمرک

hải quan

سفارت

đại sứ quán

ویزه

thị thực

پاسپورټ

hộ chiếu

ټرانسپورټ
vận chuyển

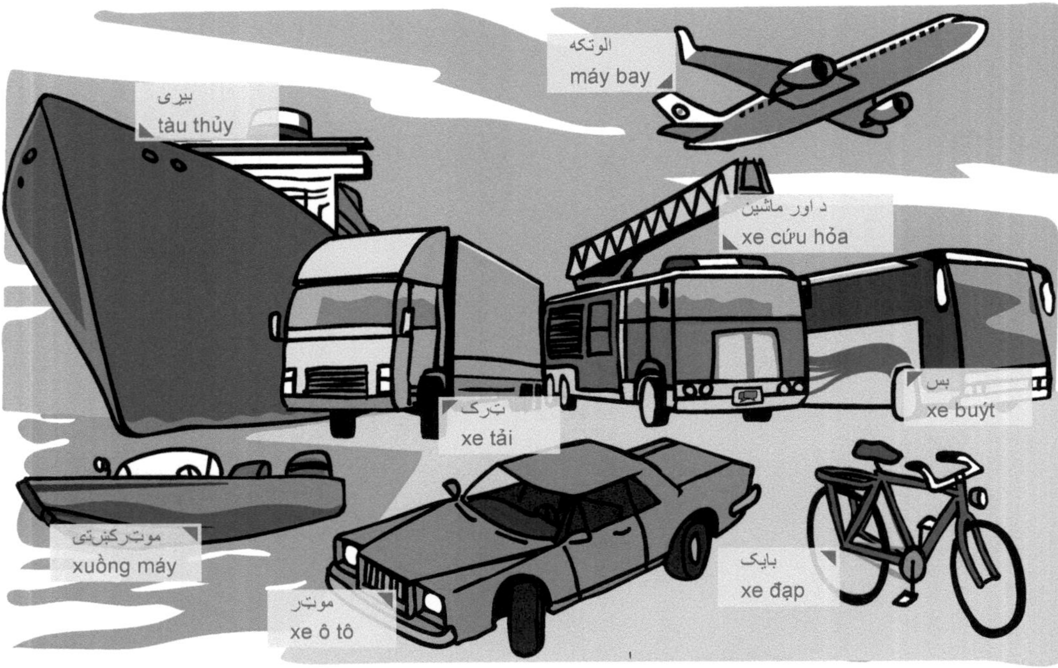
الوتکه
máy bay
بیړۍ
tàu thủy
د اور ماشین
xe cứu hỏa
بس
xe buýt
ټرک
xe tải
موټرکښتۍ
xuồng máy
بایک
xe đạp
موټر
xe ô tô

کښتۍ

phà

کښتۍ

xuồng

موټرسایکل

xe máy

د پولیسو موټر

xe cảnh sát

د ریس موټر

xe đua

کرایې موټر

xe cho thuê

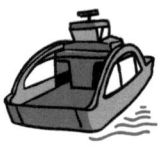

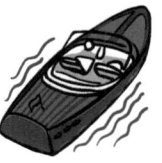

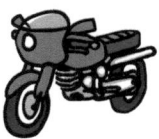

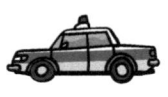

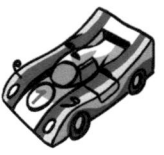

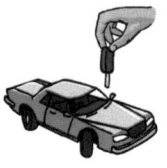

د كرايه موټري

dịch vụ thuê xe tự lái

جرثقيل لرونكى ټرک

xe kéo cứu hộ

ريفيوز ټرک

xe rác

موټر

động cơ

سونگ ټوكي

xăng

پټرول سټيشن

trạm xăng

ترافيكي نښه

biển báo giao thông

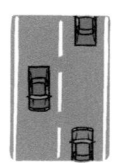

ترافيك

giao thông

جام ترافيك

ách tắc giao thông

د موټرو ټمځای

bãi đậu xe

د ريل سټيشن

nhà ga

پاټكي

đường ray

ريل

xe lửa

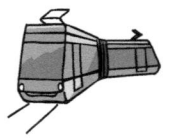

ټرام

tàu điện

واگون

toa xe

چورلکه

máy bay trực thăng

هوايي ډګر

sân bay

برج

tháp

مسافر

hành khách

کانتينر

côngtenơ

کارتون

thùng các-tông

کارت

xe đẩy

توکری

cái giỏ

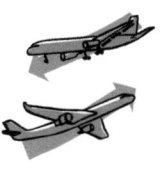

الوتنه کول/کښېناستل

cất cánh / hạ cánh

ښار

thành phố

کلی

làng

د ښار مرکز

trung tâm thành phố

کور

nhà

سینما
rạp chiếu phim

اعلان
quảng cáo

د کوڅي لامپ
đèn đường

CINEMA

کوڅه
đường phố

ټیکسي
taxi

د خوارو پلورنځی
quán ăn nhẹ

پیاده
người đi bộ

پلي لاره
vỉa hè

د تیریدو لاره
ngã tư giao th

د سرک څخه تیریدو لاره
phần đường có vạch cho người đi bộ

اشغالدانی (لوی)
thùng rác lớn

د ترافیک څراغونه
đèn hiệu giao thông

کوډله
nhà chòi

اپارتمان
căn hộ

د ریل ستیشن
nhà ga

ټاون هال
tòa thị chính

میوزیم
viện bảo tàng

ښوونځی
trường học

پوهنتون

đại học

بانک

ngân hàng

روغتون

bệnh viện

هوټل

khách sạn

درملتون

hiệu thuốc

دفتر

văn phòng

کتاب پلورنځی

hiệu sách

پلورنځی

cửa hiệu

د ګلانو پلورنځی

cửa hiệu bán hoa

لوی پلورنځی

siêu thị

مارکیټ

chợ

د ډیپارتمنت ستور

cửa hàng bách hóa

کب پلورنځی

người bán cá

د پلور مرکز

trung tâm mua bán

لنگرتون

bến cảng

پارک

công viên

بینچ

ghế băng

پل

cầu

زینه

cầu thang

د ځمکي لاندی

tàu điện ngầm

تونل

đường hầm

بس تمځای

trạm xe buýt

بار

quán bar

ریستورانت

khách sạn

پوست بکس

hòm thư công cộng

د کوڅی نښه

bảng hiệu đường

د پارک کولو میتر

đồng hồ đậu xe

ژوبن

vườn bách thú

د لامبو حوض

bể bơi

مسجد

nhà thờ Hồi giáo

كرونده
....
nông trại

ناپاكي
....
ô nhiễm môi trường

هدیره
....
nghĩa trang

چرچ
....
nhà thờ

د لوبو ډګر
....
sân chơi

معبد/كليسا
....
ngôi đền

منظره

phong cảnh

پاڼه
lá cây

د لارښوونې نښه
bảng chỉ đường

لاره
lối đi

چمن
bãi cỏ

كاڼى
hòn đá

ونه
cây

هیکر
người đi bộ đường dài

سيند
sông

واښه
cỏ

ګل
bông hoa

دره
....
thung lũng

غوندی
....
đồi

ناور
....
hồ nước

ځنګل
....
rừng

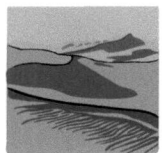

دشته
....
sa mạc

اورشیندی
....
núi lửa

كلا
....
lâu đài

رنگین کمان
....
cầu vồng

مرخیړي
....
nấm

پلم ونه
....
cây cọ

ماشي
....
con muỗi

الوتل
....
con ruồi

مېږی
....
con kiến

مچی
....
con ong

غوند/جولا
....
con nhện

كـونگکِت

bọ cánh cứng

چونكىشه

con ếch

نولى

con sóc

زیریکی

con nhím

سوى

con thỏ

گـونگ

con cú

مرغى

con chim

قازه

thiên nga

نرخوک

heo rừng

هوسى

con hươu

گـاوزه

nai sừng tấm

بند

đê

بادي تۇربين

tuabin gió

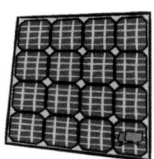

سولر تختى

tấm năng lượng mặt trời

اقلیم

khí hậu

پیشخدمت
bồi bàn

مینو
thực đơn

چوکی
ghế

سوپ
súp

پیزا
bánh pizza

چاقو، کاشوغه، شاخی
bộ dao nĩa ăn

د میز توتہ
khăn trải bàn

ستارتر
món ăn khai vị

اصلي خواره
món ăn chính

شیرني
món tráng miệng

کاشنی
thức uống

خواره
thức ăn

بوتل
cái chai

فاست فود

thức ăn nhanh

د کوڅي خواره

thức ăn đường phố

چای جوش

ấm trà

قندانی

hộp đường

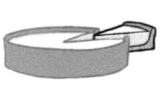

برخه

khẩu phần

اسپرسو مشین

máy pha espresso

لوړه چوکی

ghế cao

رسيد

hóa đơn

مجمه

khay

چاکو

dao

پنجه

nĩa

قاشق

thìa

چای قاشق

thìa uống trà

سورویت

khăn ăn

گلاس

cốc thủy tinh

پلیټ
....
đĩa

د سوپ پلیټ
....
đĩa súp

نالبکی
....
đĩa lót cốc

ساس
....
nước sốt

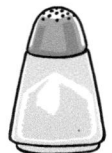

مالګه شیندونکی
....
lọ muối

د مرچ پتکولو لوخی
....
cái xay tiêu

سرکه
....
giấm

غوړي
....
dầu

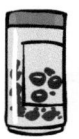

مساله
....
gia vị

کچ اپ
....
nước xốt cà chua

شرشم
....
tương hạt cải

چکه
....
nước sốt mayonnaise

لوی پلورنځی

siêu thị

ځانګړی وړاندیز
chào giá đặc biệt
پیرودونکی
khách hàng
FOR
لبنیات
sản phẩm từ sữa
میوه
trái cây
لاسي ګړځ
xe đẩy mua sắm

BUTCHERS

قصابي

lò mổ

BAKERY

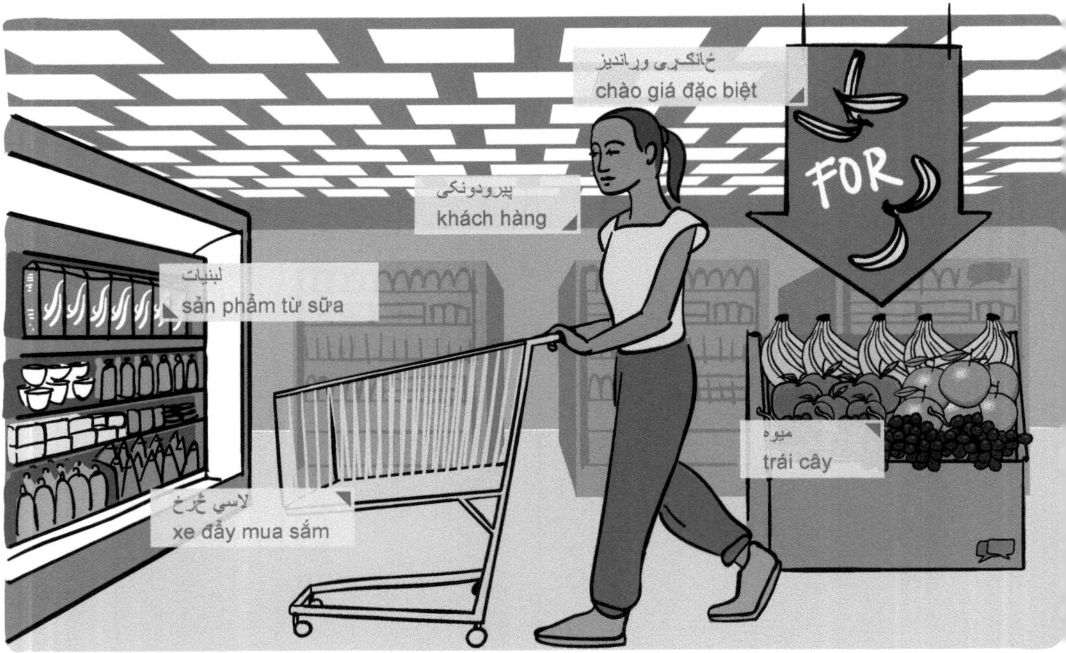

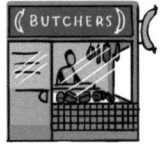

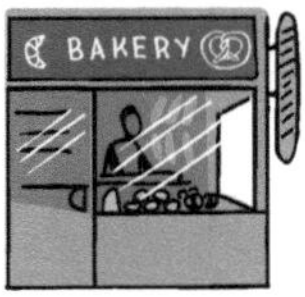

نانوایی

cửa hiệu bán bánh mì

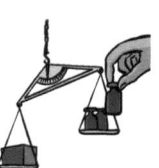

وزن کول

cân nặng

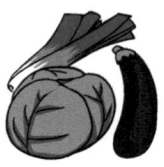

سبزیجات

rau quả

غوښه

thịt

کنګل خواړه

thức ăn đông lạnh

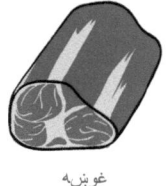

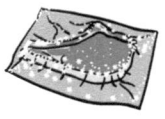

يخه غوښه
....
lát thịt nguội

كنسروا خواره
....
đồ hộp

د مينځلو پودر
....
bột giặt

ښيريني
....
đồ ngọt

كورني توليدات
....
sản phẩm dùng trong gia đình

د پاكولو محصولات
....
chất tẩy rửa

د پلور فرد
....
người bán hàng

د نغدي راجستر
....
quầy trả tiền

صراف
....
nhân viên thu ngân

د پيرود ليست
....
danh sách mua sắm

كاري ساعتونه
....
giờ mở cửa

بټوه
....
ví tiền

كريډيت كارت
....
thẻ tín dụng

كڅوړه
....
túi đeo

پلاستيک كڅوړه
....
túi ny lông

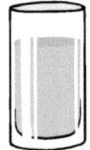

اوبه

نước

جوس

nước quả ép

ثمیده

sữa

کوک

coca-cola

واین

rượu vang

بیر

bia

الکول

cồn

ککاو

cacao

چای

trà

کافی

cà phê

اسپرسو

espresso

کپچینو

cappuccino

کيله

chuối

منه

quả táo

نارنج

quả cam

هندوانه

dưa hấu

ليمو

chanh

گازره

cà rốt

هوږه

tỏi

بانکس

tre

پياز

củ hành

مرخيړي

nấm

چغزی

hạt dẻ

آش

mì

سپیگتي
....
mì spaghetti

وریجی
....
cơm

سلاد
....
xà lách

چپس
....
khoai tây chiên

سره کري کچالو
....
khoai tây chiên

پیزا
....
bánh pizza

همبرگر
....
bánh hamburger

ساندویچ
....
bánh mì sandwich

کتره
....
thịt côtlet

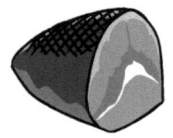

د پتون غوښه
....
thịt giăm bông

سلمي
....
xúc xích

ساسج
....
dồi

چرگ
....
gà

روستّ
....
rán

کب
....
cá

د وربشی شیرني
....
cháo yến mạch

موسلي
....
cháo muesli

د جوار پلی
....
bánh bột ngô nướng

اوړه
....
bột mì

کروسانت
....
bánh sừng bò

د ډوډۍ رول
....
bánh mì

ډوډۍ
....
bánh mì

ټوسټ
....
bánh mì nướng

بسکیټ
....
bánh bích quy

کوچ
....
bơ

چکه
....
sữa đông

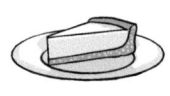

کیک
....
bánh ngọt

هګۍ
....
trứng

پخی هګۍ
....
trứng rán

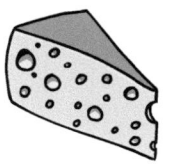

پنیر
....
pho mát

آیس کریم

kem

بوره

đường

شهد

mật ong

مربا

mứt

نوگات کریم

kem nougat

کورکمان

cà ri

کرونده
nông trại

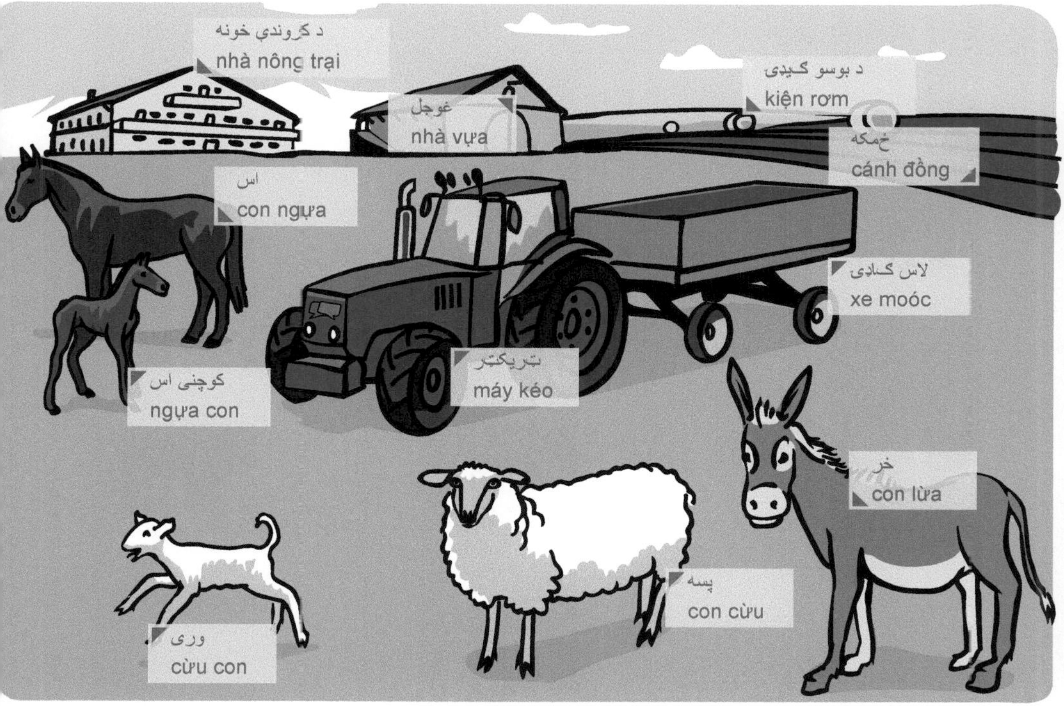

د ګروندي خونه
nhà nông trại
غوجل
nhà vựa
د بوسو ګېډی
kiện rơm
ځمکه
cánh đồng
اس
con ngựa
لاس ګاډی
xe moóc
تریکټر
máy kéo
کوچنی اس
ngựa con
خر
con lừa
پسه
con cừu
وری
cừu con

وزه
con dê

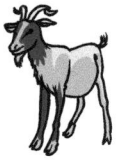

غوا
con bò

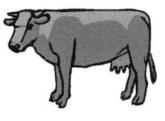

خوسکی
con bê

خوګ
con lợn

د خوګ بچی
lợn con

غويی
bò đực

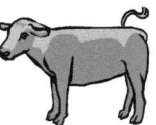

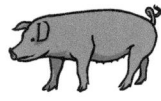

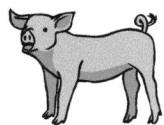

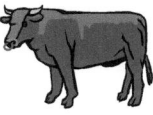

بته

con ngỗng

هيلى

con vịt

چرګوړی

gà con

چرګه

gà mái

بانګي

gà trống

سارای موږک

con chuột

پیشک

mèo

موږک

chuột nhắt

غویی

bò đực

سپی

con chó

د سپي خونه

nhà chuồng chó

د باغ هوز

ống tưới vườn cây

د اوبو لوخی

thùng tưới cây

(داس) لور

lưỡi hái

یوی

cái cày

لور

cái liềm

رمبى

cái cuốc

بباخى

cái chĩa

تبر

cái rìu

كراچى

xe cút kít

ناوه

máng ăn

د شيدو لوخى

lọ sữa

جوال

bao tải

كتاره

hàng rào

مضبوط

chuồng

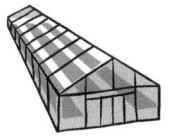

شنه خونه

nhà kính trồng cây

خاوره

đất trồng

تخم

hạt giống

سر ه/كود

phân bón

كـد ريبونكى ماشين

máy gặt đập liên hợp

زیرمه کول
....
thu hoạch

درمند
....
mùa thu hoạch

خواره کچالو
....
khoai lang

غنم
....
lúa mì

سویا
....
đậu nành

کچالو
....
khoai tây

جوار
....
ngô

نباتي تخم
....
hạt cải dầu

د میوی ونه
....
cây ăn trái

مانیوک
....
sắn

غله
....
ngũ cốc

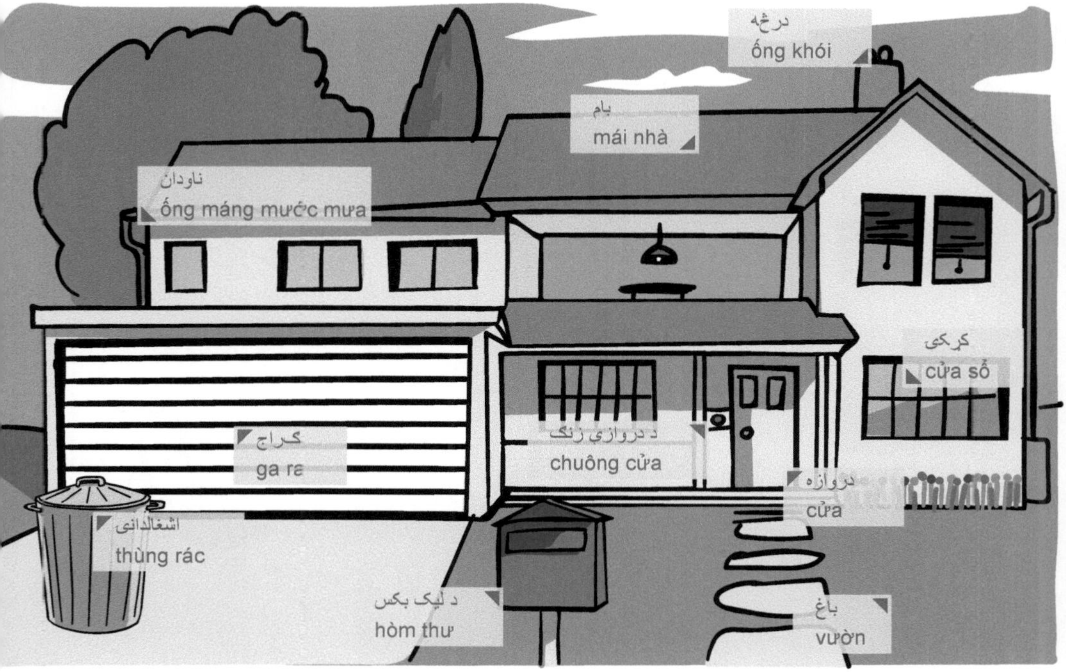

درغه
ống khói

يام
mái nhà

ناودان
ống máng mưức mưa

کرکۍ
cửa sổ

کراج
ga ra

د دروازی زنگ
chuông cửa

دروازه
cửa

اشغالدانی
thùng rác

د لیک بکس
hòm thư

باغ
vườn

د اوسیدو خونه
phòng khách

حمام
phòng tắm

پخلنځی
bếp

د ویده کیدو خونه
phòng ngủ

د ماشوم خونه
phòng trẻ em

د خوارو خونه
phòng ăn

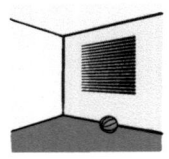

فرش
nền nhà

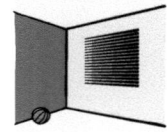

ديوال
tường

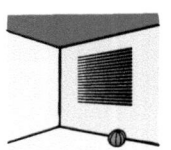

چت
trần nhà

زيرخانه
tầng hầm

سونا
tắm hơi

بالكوني
ban công

تّراس
sân hiên

حوض
bể bơi

د چمن وهلو ماشين
máy cắt cỏ

ثيت
khăn trải giường

روجايى
khăn trải giường

تخت
giường

جارو
chổi

بوكه
cái xô

سويچ
công tắc điện

د اوسیدو خونه

phòng khách

والپیپر
giấy dán tường
عکس
hình ảnh
لامپ
đèn
شیلف
cái kệ
الماری
tủ
تلویزیون
ti vi
نغری
lò sưởi
ګـل
bông hoa
بالښت
gối
صوفه
ghế sofa
ګـلدانی
bình hoa
ریموټ کنټرول
điều khiển từ xa

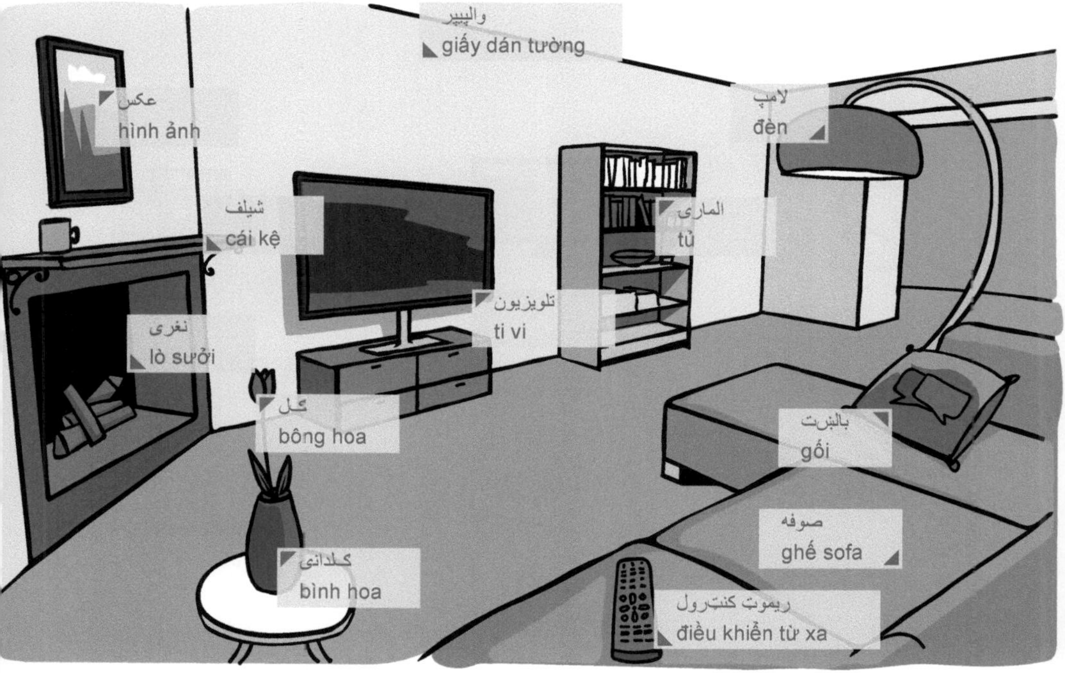

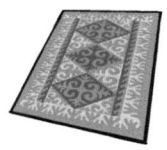

غالی

thảm

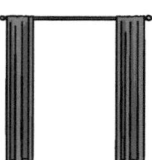

پرده

rèm

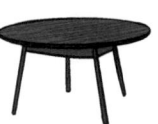

میز

cái bàn

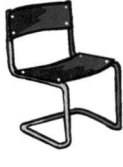

چوکی

ghế

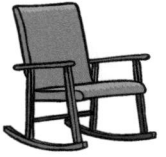

تاویدونکې چوکی

ghế bập bênh

بازو لرونکی چوکی

ghế bành

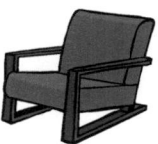

کتاب

sách

کمپل

cái chăn

دیکوریشن

đồ trang trí

د اور لرګي

củi

فلم

phim

هایفای

máy hi-fi

کلي

chìa khóa

ورځپاڼه

báo

نقاشي

bức tranh

پوسټر

áp phích

راډیو

radio

کتابچه

sổ ghi chép

واکیوم جارو

máy hút bụi

کاکټوس

cây xương rồng

شمع

cây nến

پخلنځی
bếp

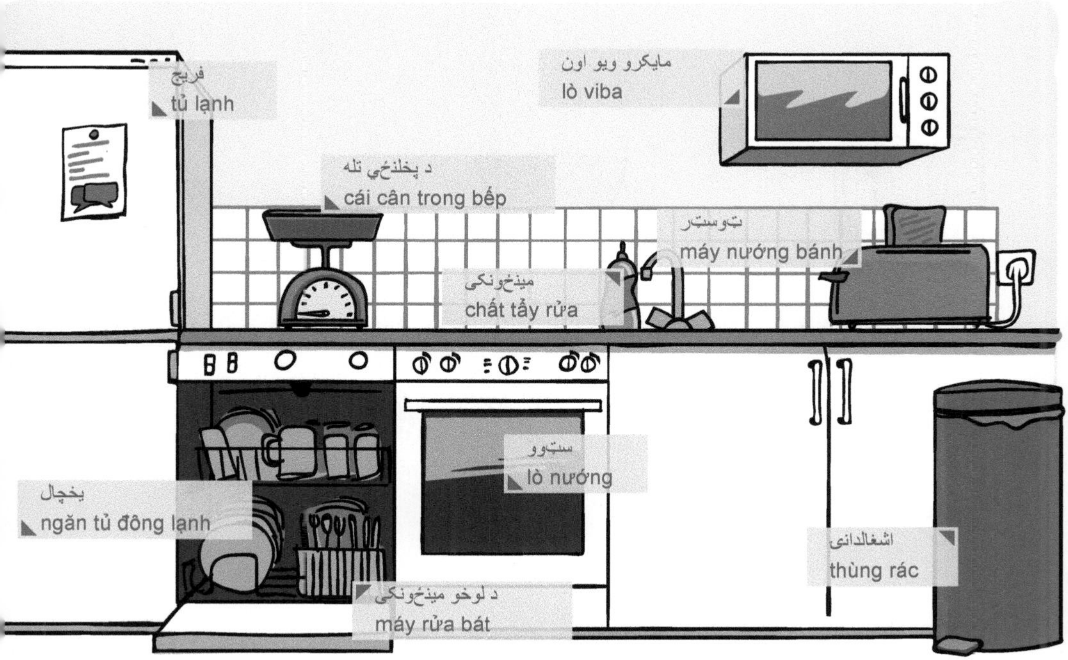
فریج
tủ lạnh
مایکرو ویو اون
lò viba
د پخلنځي تله
cái cân trong bếp
ټوسټر
máy nướng bánh
مینځونکی
chất tẩy rửa
سټوو
lò nướng
یخچال
ngăn tủ đông lạnh
اشغالدانی
thùng rác
د لوخو مینځونکی
máy rửa bát

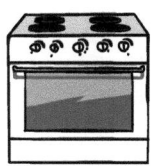

دیګ بخار

lò nấu

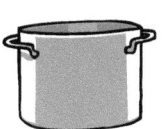

لوخی

nồi

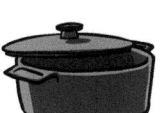

چدني لوخی

nồi sắt

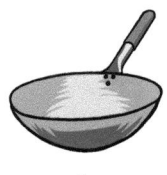

ووک

chảo

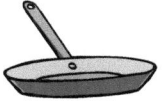

د تلي په

chảo

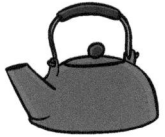

چای جوش

ấm đun nước

د بخار ديګ
....
nồi đun hơi

پتنوس
....
khay lò nướng

لوخي
....
bát đĩa

مګ
....
cốc

كاسه
....
cái bát

د رانيولو اوزار
....
đũa

ثمڅی
....
cái vá

كفكير
....
bàn xẻng

پاكونكی
....
que đánh kem

صافي
....
rây dùng trong bếp

غلبيل
....
cái rây lọc

ګريتر
....
cái nạo

اونګ
....
vữa

بار بي كيو
....
vỉ nướng

خلاص اور
....
ngọn lửa trần

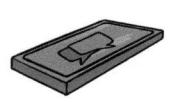

تخته

cái thớt

هوارونکی

trục cán bột

کارک سکریو

cái mở nút chai

تبيم

vỏ đồ hộp

د تبيم خلاصونکی

cái mở vỏ đồ hộp

د لوخي تبوتبه

miếng nhắc nồi

ظرف شوی

bồn rửa bát

برس

bàn chải

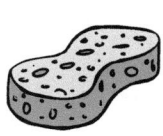

سپنج

miếng xốp

بلیندر

máy xay

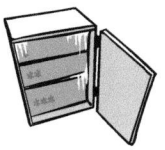

ژور یخچال

tủ đông lạnh

د ماشوم بوتل

bình sữa cho trẻ sơ sinh

نل

vòi nước

حمام

phòng tắm

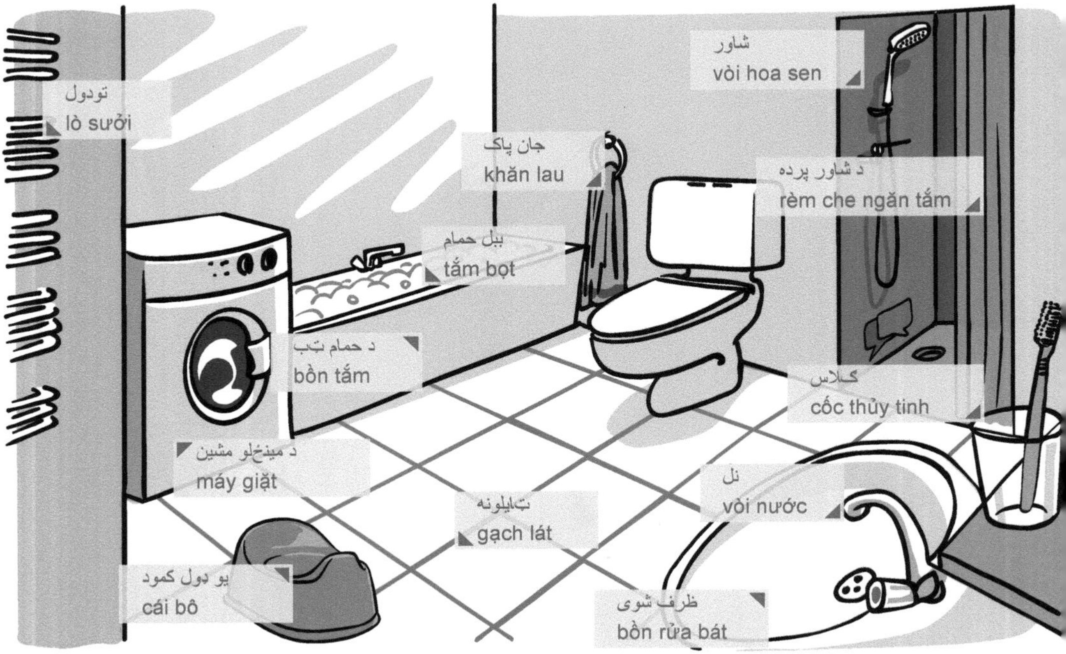

تودول
lò sưởi
جان پاک
khăn lau
شاور
vòi hoa sen
د شاور پرده
rèm che ngăn tắm
ببل حمام
tắm bọt
د حمام ټب
bồn tắm
ګلاس
cốc thủy tinh
د مینځلو مشین
máy giặt
نل
vòi nước
ټایلونه
gạch lát
یو ډول کمود
cái bô
ظرف شوی
bồn rửa bát

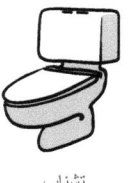

تشناب

bồn cầu

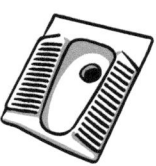

فرشي کمود

bồn cầu ngồi xổm

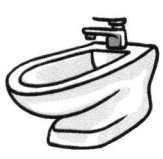

کمود

bồn rửa hậu môn

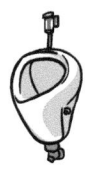

د متیازو ځای

bồn tiểu tiện

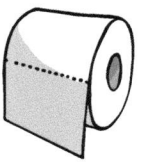

تشناب کاغذ

giấy vệ sinh

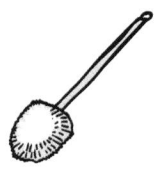

د تشناب برس

bàn chải cọ bồn cầu

د غاښونو برس

bàn chải đánh răng

د غاښونو کريم

kem đánh răng

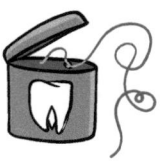

د غاښونو نخ

chỉ nha khoa

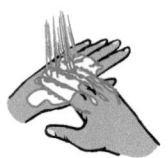

میذخل

rửa

لاسي شاور

vòi sen cầm tay

دوش

vòi rửa hậu môn

خانک

bồn rửa

د شا برس

bàn chải cọ lưng

صابون

xà phòng

د شاور ژل

sữa tắm

شامپو

dầu gội

فلانل جامه

khăn cọ để tắm

وچول

lỗ thoát nước

کریم

kem

سپرى

chất khử mùi

آینه

گương

آینه لاسي

gương tay

ریزر

dao cạo râu

د خریلو فوم

kem cạo râu

د خریلو وروسته

nước thơm dùng sau khi cạo râu

گمذخ

cái lược

برس

bàn chải

د ویښتانو وچونکی

máy xấy tóc

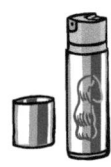

د ویښتانو سپری

keo xịt tóc

میک اپ

đồ trang điểm

لیپ ستیک

thỏi son môi

د نوکانو پالش

sơn bôi móng

کاټن وری

bông

ناخن گیر

kéo cắt móng

عطر

nước hoa

د مینځلو کڅوړه

túi đựng đồ tắm

ستول

ghế đẩu

د وزن کولو تله

cái cân

د حمام پوښاک

áo choàng tắm

د ربر دستکش

găng tay làm vệ sinh

تامپون

nút gạc

صحی جان پاک

băng vệ sinh

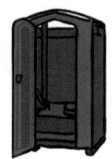

کیمیکل تشناب

nhà vệ sinh hóa chất

د ماشوم خونه

phòng trẻ em

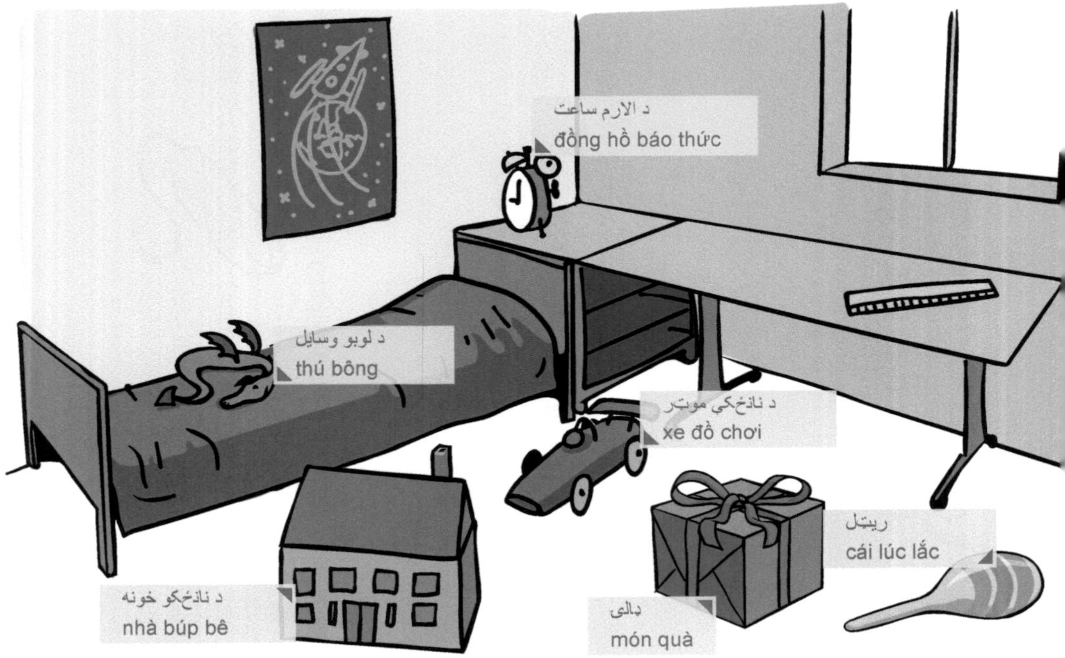
د الارم ساعت
đồng hồ báo thức
د لوبو وسایل
thú bông
د ناڅکي موټر
xe đồ chơi
ریتل
cái lúc lắc
د ناڅکو خونه
nhà búp bê
ډالۍ
món quà

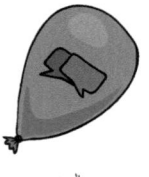

بالون

bong bóng

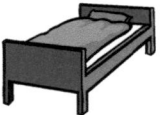

تخت

giường

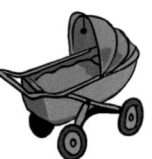

کالسکه

xe nôi

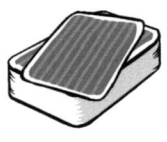

د لوبو ورقي

trò chơi bài

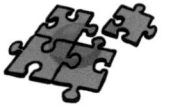

جیکسا

trò chơi ghép hình

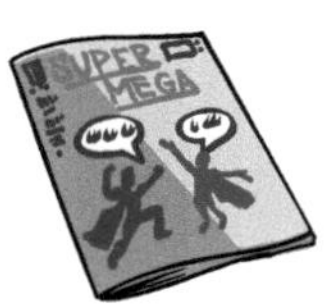

مسخره

truyện tranh

ليگو بريک

gạch Lego

د ناندخكو بلاك

khối xếp hình

د اكشن فيگـور

nhân vật hành động

د ماشوم پوښـاک

áo liền quần cho trẻ sơ sinh

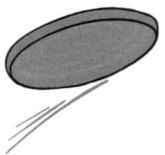

فريزبي

đĩa nhựa để ném

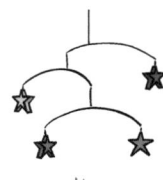

موبايل

đồ chơi treo trên giường

بورډ لوبه

trò chơi cờ bàn

تاس

xúc xắc

ماډل ريل سيت

đồ chơi xe lửa mô hình

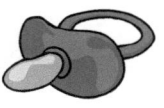

كـونگشی

ti giả

پارتي

buổi tiệc

د عكسونو البوم

sách tranh

بال

quả bóng

ناندخكه

búp bê

لوبيدل

chơi

د ښکو کنده

hố cát

سوينگ

cái đu

نانځکي

đồ chơi

د ويډيو لوبو کنسول

máy chơi game cầm tay

تری سايکل

xe ba bánh

گوډکه

gấu bông

د کالو الماری

tủ quần áo

جرابۍ

bít tất

لوړي جرابۍ

bít tất dài

تايټس

quần tất

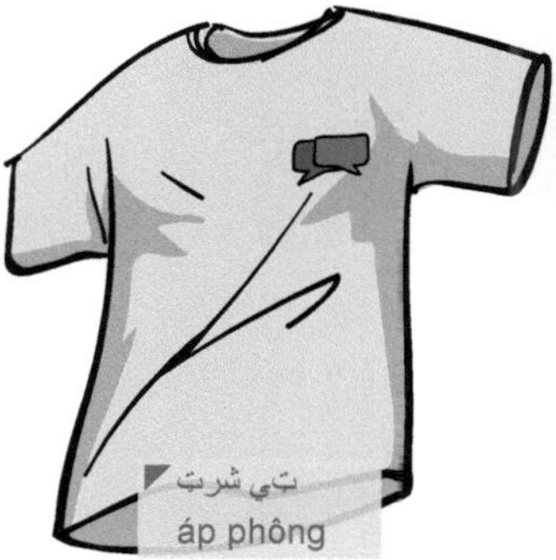

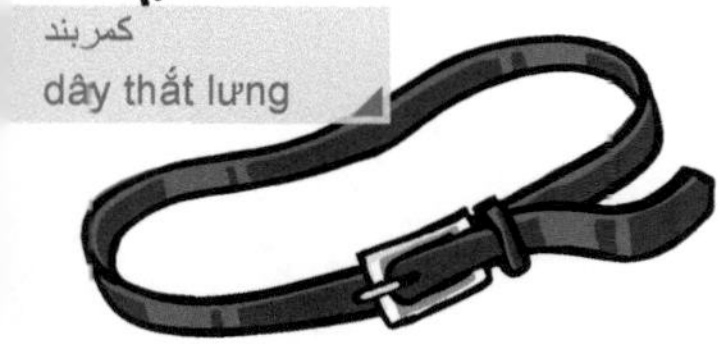

زروکی
khăn choàng cổ

چتری
ô che mưa

کمربند
dây thắt lưng

تی شرت
áp phông

بوتان
ủng

سلیپر
dép đi trong nhà

سنیکر
giày sneaker

سیندل
dép xăng đan

بوتان
giày

د ربر بوتان
ủng cao su

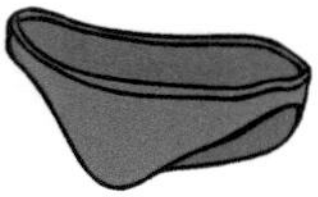

زیرنیکري
quần lót

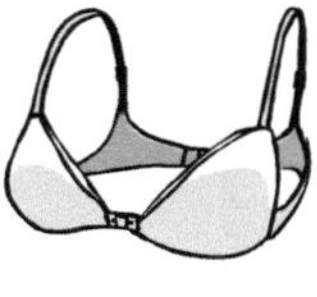

سینه بند
áo ngực

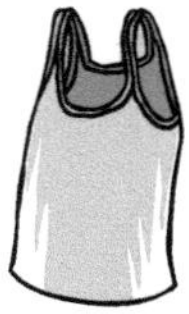

واسکت
áo vest

بادي

áo ôm sát cơ thể

پتلون

quần dài

جينز

quần bò

لمن

váy

بلاوز

áo cánh

شرت

áo sơ mi

بنيان

áo len chui đầu

سويتر

áo len

بليزر

áo blazer

جاكت

áo jacket

كوت

áo khoác

د باران كوت

áo mưa

پوښاک

trang phục

كالي

áo váy

د واده پوښاک

áo cưới

دريشي
....
bộ com lê

د شپې پوښاک
....
áo ngủ

پاجامه
....
pijama

ساري
....
trang phục sari

لوپټه
....
khăn trùm đầu

پټکی
....
khăn đội đầu

برقه
....
áo burka

کفتن
....
áo captan

عبا
....
áo aba

د لامبو پوښاک
....
quần áo bơi

نیکر
....
quần bơi

شارت
....
quần đùi

د خُغاستی پوښاک
....
quần áo tracksuit

پیش بند
....
tạp dề

دستکش
....
găng tay

بتّن
cái cúc

عینک
kính mắt

لاس بند
vòng đeo tay

غاړه کی
vòng cổ

ګوتمه
nhẫn

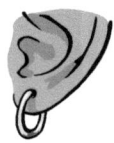

غوږوالی
hoa tai

خولی
mũ lưỡi trai

کوټ بند
cái mắc treo áo quần

خولی
mũ

نتایی
cà vạt

ځنځیر
dây kéo phéc mơ tuya

هیلمیټ
mũ bảo hiểm

ترونکی
dây đeo quần

د ښوونځي یونیفارم
đồng phục học sinh

یونیفارم
đồng phục

بيب
....
yếm trẻ em

كونگشى
....
ti giả

نيبي
....
tã lót

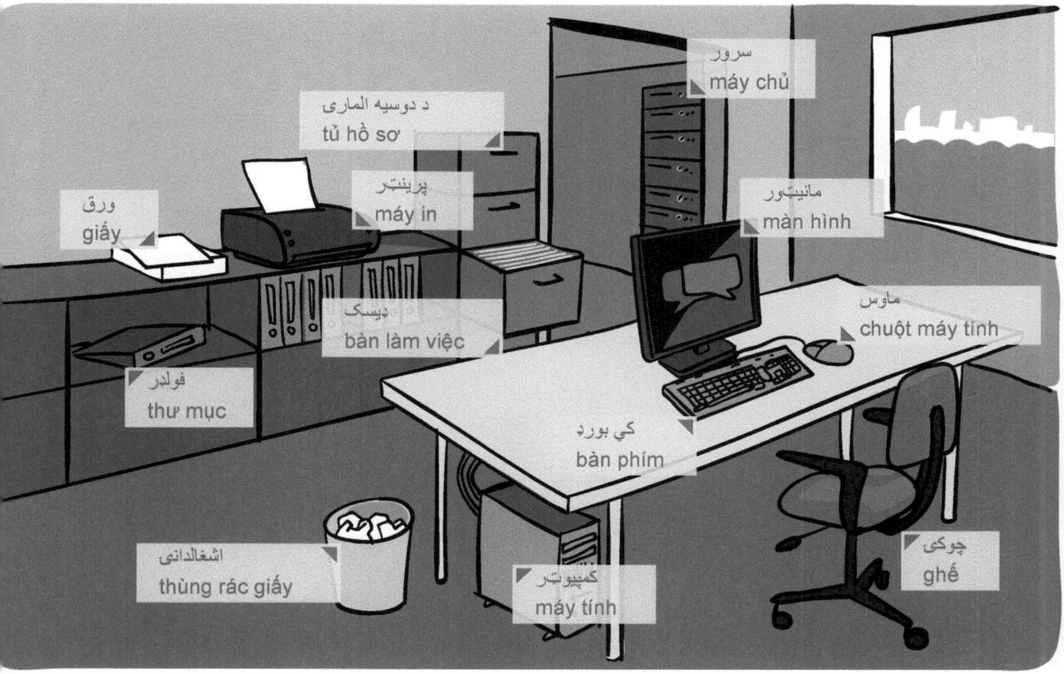

سرور
máy chủ

د دوسيه الماری
tủ hồ sơ

پرينتر
máy in

مانيتـور
màn hình

ورق
giấy

ډيسک
bàn làm việc

ماوس
chuột máy tính

فولدر
thư mục

كي بورد
bàn phím

اشغالدانی
thùng rác giấy

كمپيوتر
máy tính

چوكی
ghế

د كافي پياله
....
cốc cà phê

كالكوليتر
....
máy tính bỏ túi

انتـرنيت
....
internet

پ لپ تاپ

laptop

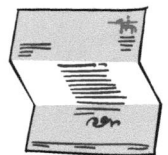

کیل

thư

پیغام

tin nhắn

موبایل

điện thoại di động

کرکوتین

mạng

فوتوکاپیر

máy photocopy

سافتویر

phần mềm

تلیفون

điện thoại

پلکساکت

ổ cắm điện

فکس مشین

máy fax

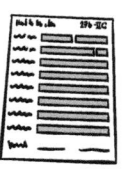

فارم

mẫu đơn

سند

chứng từ

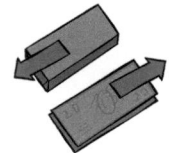

پیرل

mua

کول هیادیت

trả tiền

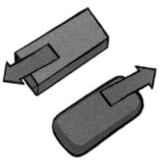

کول يركاودوس

buôn bán

سیپی

tiền

دالر

đô la

يورو

Euro

ین

yên

ریل

rúp

سويسي فرانک

franc Thụy Sĩ

يوان بينيمبير

nhân dân tệ

روپی

rupi

 خای پيسو يدغن د

máy rút tiền tự động

د اسعارو د تبادلي دفتر

quầy đổi tiền

سره زر

vàng

سپین زر

bạc

تیل

dầu

انرژي

năng lượng

نرخ

giá tiền

قرارداد

hợp đồng

مالیه

thuế

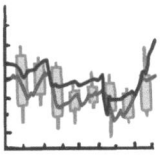

اسهام

cổ phiếu

کار کول

làm việc

کارمند

nhân viên

کار گومارونکی

chủ lao động

فابریکه

nhà máy

پلورنځی

cửa hiệu

مسلکونه

nghề nghiệp

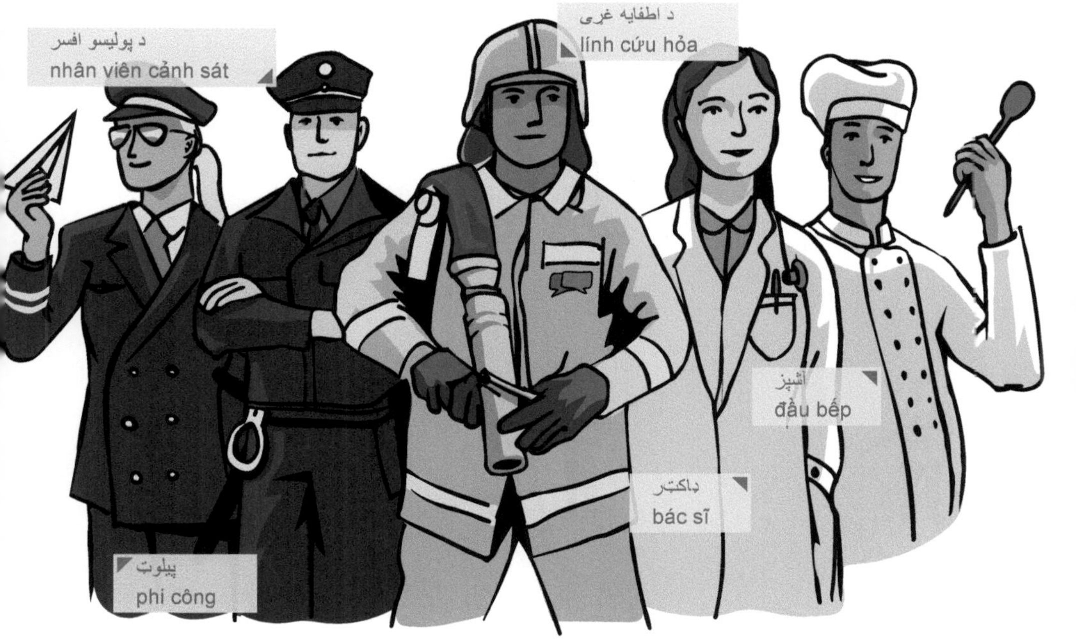

د پولیسو افسر
nhân viên cảnh sát
د اطفایه غری
lính cứu hỏa
آشپز
đầu bếp
ډاکټر
bác sĩ
پیلوټ
phi công

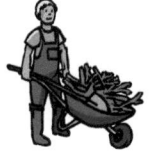

باغوان

người làm vườn

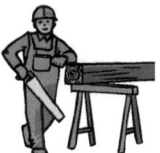

نجار

thợ mộc

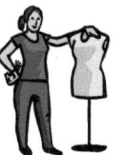

خیاط

thợ may

قاضي

chánh án

کیمیا پوه

nhà hóa học

د فلم لوبغاړی

diễn viên

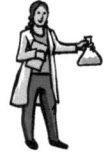

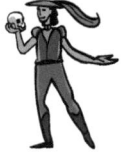

د بس ډرايور

tài xế xe buýt

د ټيکسي ډرايور

người lái taxi

کب نيونکی

ngư dân

خدمه

người lau dọn vệ sinh

بام جوړونکی

thợ lợp mái nhà

پیشخدمت

bồi bàn

ښکاري

thợ săn

نقاش

họa sĩ

نانوا

thợ làm bánh

د بریښنا کارکونکی

thợ điện

تعمير جوړونکی

thợ xây dựng

انجنير

kỹ sư

قصاب

người hàng thịt

نلدوان

thợ sửa ống nước

پوست رسونکی

người đưa thư

سرتیری
نننننننننننن
người lính

مهندس
نننننننننننن
kiến trúc sư

صراف
نننننننننننن
nhân viên thu ngân

مالیار
نننننننننننن
người bán hoa

نابیی
نننننننننننن
thợ cắt tóc

کلیندر
نننننننننننن
nhân viên soát vé

میکانیک
نننننننننننن
thợ cơ khí

کپتان
نننننننننننن
thuyền trưởng

د غابنرونو ډاکتر
نننننننننننن
nha sĩ

ساینس پوه
نننننننننننن
nhà khoa học

بن‌اغلی
نننننننننننن
giáo sĩ Do thái

امام
نننننننننننن
lãnh tụ Hồi giáo

مذهبي نفر
نننننننننننن
nhà sư

پادري
نننننننننننن
mục sư

لوازم
dụng cụ

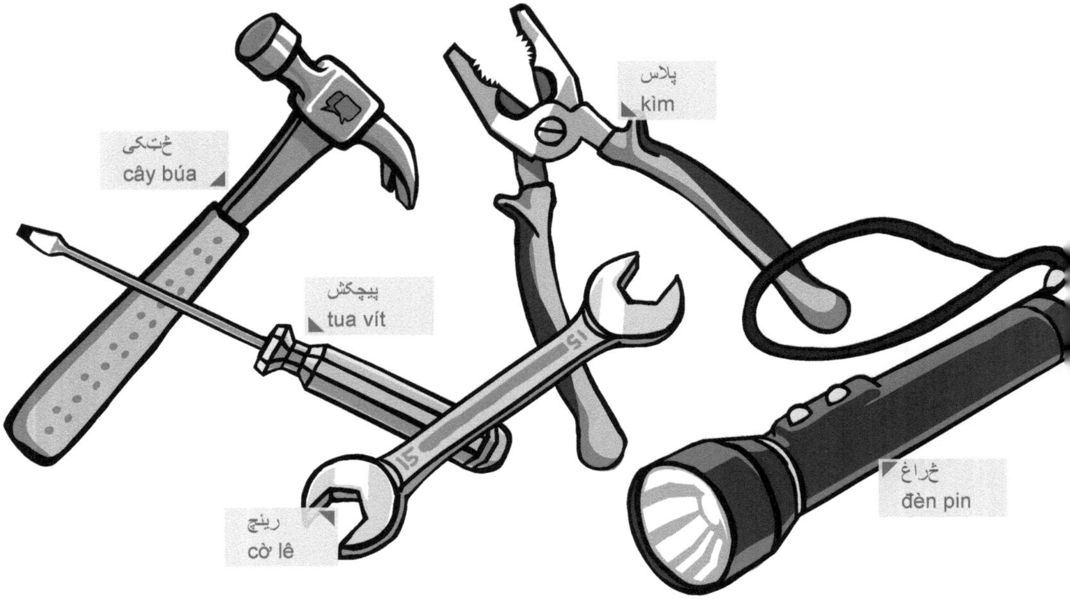

څټکی
cây búa
پلاس
kìm
پیچکش
tua vít
رینچ
cờ lê
څراغ
đèn pin

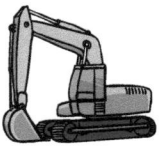

کنستونکی

máy xúc đất

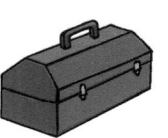

د لوازمو بکس

hộp dụng cụ

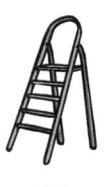

زینه

cái thang

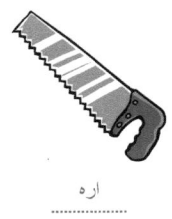

اره

cưa

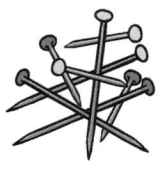

میخونه

đinh

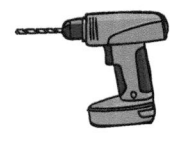

برمه

máy khoan

ترمیم کول

sửa chữa

بیل

cái xẻng

لعنت!

khốn nạn!

خاک انداز

cái hót rác

مشوانی

thùng sơn

پیچونه

vít

د میوزیک آلات
nhạc cụ

لاود سپیکر
loa

درم سیت
bộ trống

کنتر باس
đàn công tra bát

ترومپیت
kèn trompet

گیتار
đàn ghi ta

پیانو

đàn piano

وایلن

đàn vĩ cầm

نغاره

trống định âm

درمونه

trống

سیکسافون

kèn Saxophone

شپیلی

sáo

باس

ghi ta bass

دروب کي

đàn organ

مایکروفون

micro

vườn bách thú

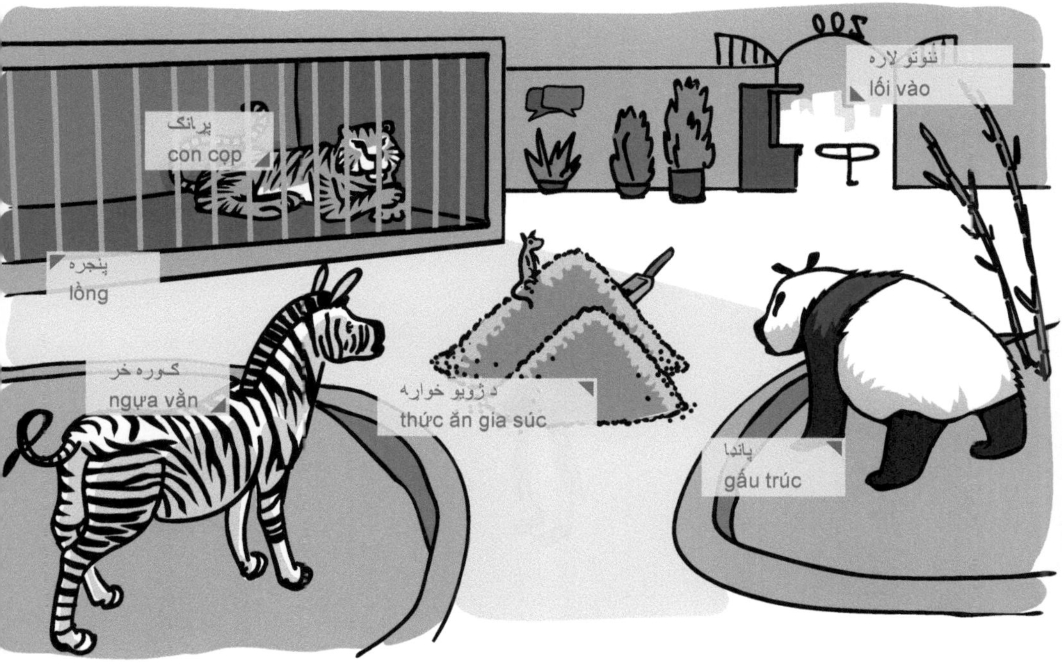

ننوتو لاره
lối vào
پړانګ
con cọp
پنجره
lồng
ګوره خر
ngựa vằn
د ژویو خواړه
thức ăn gia súc
پانډا
gấu trúc

ژوی
đông vật

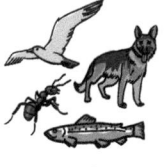

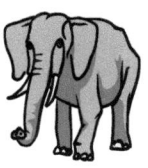

هاتي
con voi

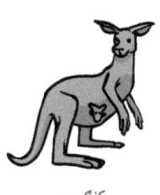

کنګرو
chuột túi

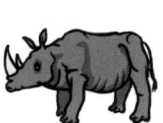

د اوبو اسپ
tê giác

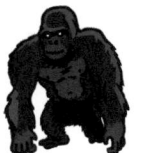

ګوریلا
khỉ đột

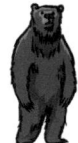

ایږه
con gấu

اوبش
....
lạc đà

شترمرغ
....
đà điểu

زمرى
....
sư tử

بيزو
....
con khỉ

غزى
....
hồng hạc

طوطي
....
con vẹt

قطبي ايره.ه
....
gấu bắc cực

پينگوين
....
chim cánh cụt

شارک
....
cá mập

طاوس
....
con công

مار
....
con rắn

تمساح
....
cá sấu

ژوبن ساتونكى
....
người trông giữ vườn bách
thú

سيل
....
hải cẩu

جگوار
....
báo đốm

يابو
....
ngựa lùn

پرانگ
....
con báo

هيپو
....
hà mã

زرافه
....
hươu cao cổ

باز
....
đại bàng

نرخوک
....
heo rừng

كب
....
cá

شمشتی
....
con rùa

سمندري نولى
....
hải mã

گيدره
....
con cáo

هوسى
....
linh dương

امریکایی فتبال
bóng bầu dục Mỹ

سایکل خغلول
đua xe đạp

تّنیس
quần vợt

باسکیتبال
bóng rổ

لامبو
bơi

د کنکل هاکي
khúc côn cầu trên băng

باکسینگ
đấm bốc

فتبال
....
bóng đá

کسیزه
....
cầu lông

د خغاستي لوبي
....
điền kinh

د هندبال
....
bóng ném

سکي
....
trượt tuyết

پولو
....
polo

فعاليتونه
các hoạt động

ټوپ وهل
nhảy
غاړه ورکول
ôm
خندل
cười
ګرځېدل
đi bộ
سندرې ويل
ca hát
خوب ليدل
mơ
عبادت کول
cầu nguyện
مچو کول
hôn

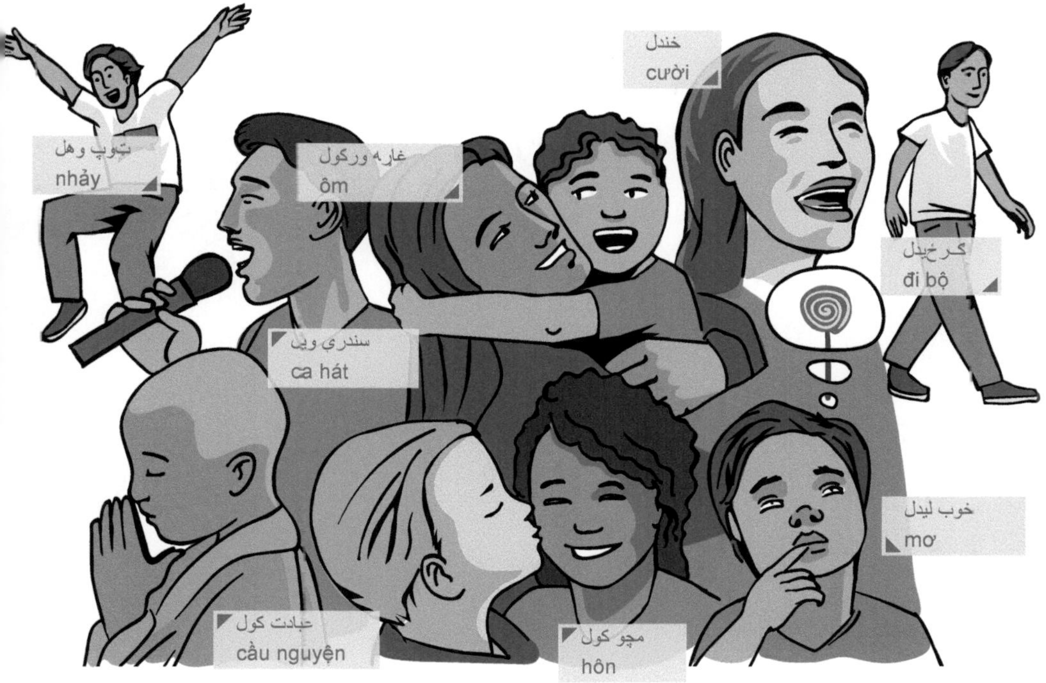

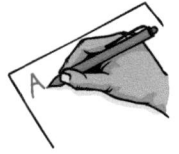

ليکل
viết

کښل
vẽ

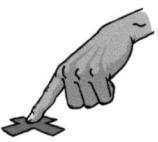

ښودل
chỉ trỏ

ټېله کول
đẩy

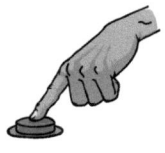

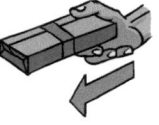

ورکول
cho

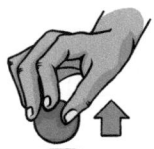

اخيستل
lấy đi

درلولدل

có

کول

làm

پاییدل

thì / là

ودریدل

đứng

مندي وهل

chạy

راکښل

kéo

کـوزارل

ném

لویدل

rơi

څملاستل

nằm

انتظار کول

chờ đợi

ورل

mang vác

کښېناستل

ngồi

پوښاک اغوستل

mặc quần áo

ویده کېدل

ngủ

پاڅېدل

thức dậy

كتل

xem

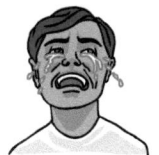

ژړل

khóc

بريد كول

vuốt ve

ګمنځخ كول

chải

خبري كول

nói chuyện

پوهېدل

hiểu

غوښتل

câu hỏi

اوريدل

nghe

څښل

uống

خورل

ăn

پاكول

dọn dẹp

مينه كول

yêu

پخلى كول

nấu nướng

موټر چلول

lái xe

الوتل

bay

بېرۍ چلول

di thuyền buồm

حساب

tính toán

لوستل

đọc

زده کول

học

کار کول

làm việc

واده کول

cưới

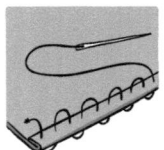

ګنډل

khâu vá

د غاښونو برس کول

đánh răng

وژل

giết

سګرټ څکول

hút thuốc

لیږل

gửi đi

gia đình

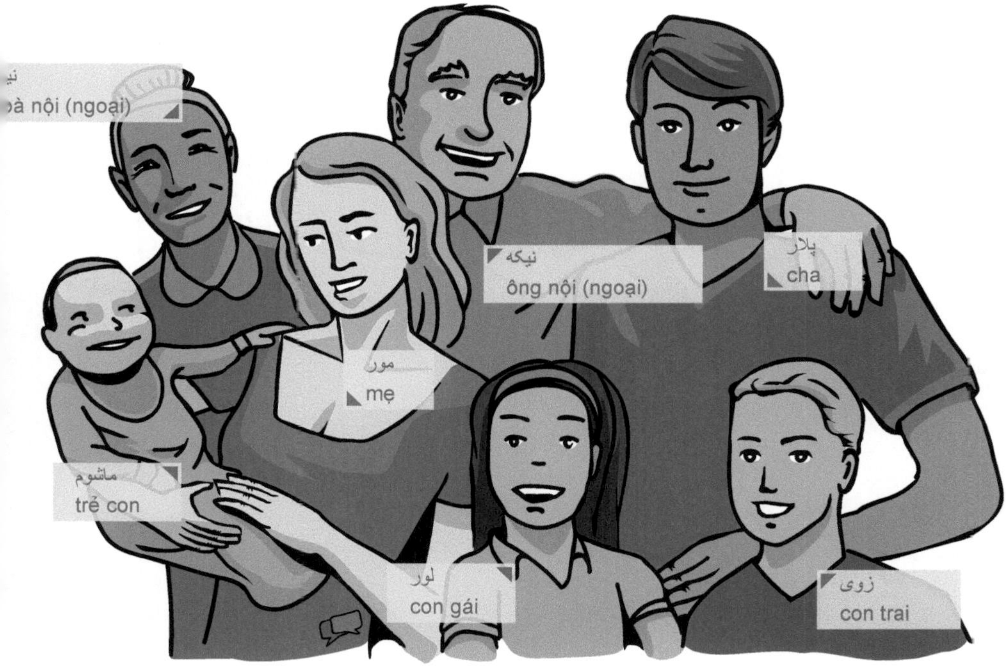

نیا
bà nội (ngoại)
نیکه
ông nội (ngoại)
پلار
cha
مور
mẹ
ماشوم
trẻ con
لور
con gái
زوی
con trai

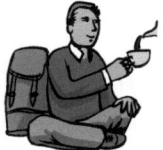

میلمه

khách

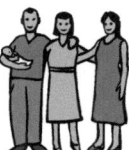

ترور

cô (dì)

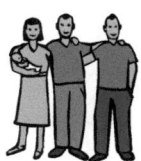

کاکا/ماما

chú, bác (cậu)

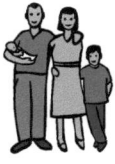

ورور

anh (em) trai

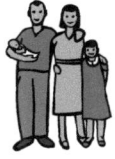

خور

chị (em) gái

بدن

cơ thể

تندی
trán
سترګې
mắt
اوږه
vai
ګوته
ngón tay
مخ
mặt
زنه
cằm
لاس
bàn tay
سینه
ngực
پښه
chân
مټ
cánh tay

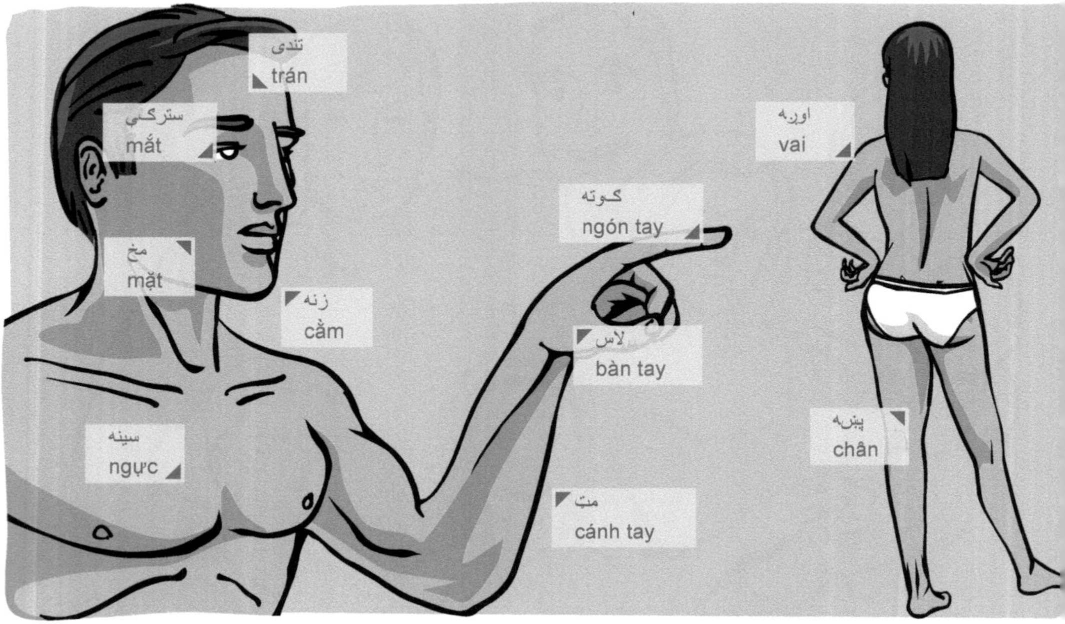

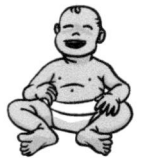

ماشوم

trẻ con

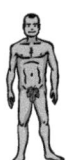

سړی

đàn ông

ښځه

phụ nữ

انجلۍ

bé gái

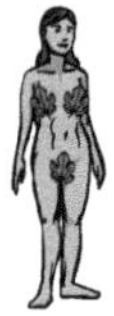

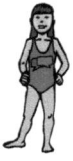

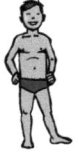

هلک

bé trai

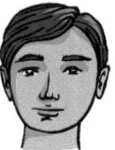

سر

đầu

شا
لưng

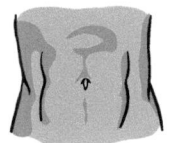

خیته
bụng

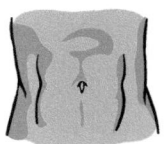

نوم
rốn

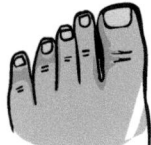

د پښې ګوته
ngón chân

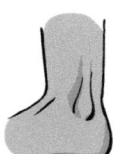

پونده
gót chân

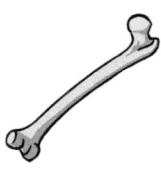

هډوکی
xương

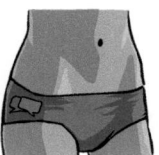

کوناتی
hông

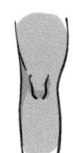

زنګون
đầu gối

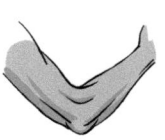

څنګل
khuỷu tay

پوزه
mũi

لاندي برخه
mông

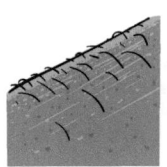

پوتکی
da

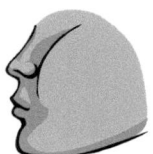

غومبوری
má

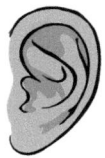

غوږ
tai

شونډه
môi

خوله
....
miệng

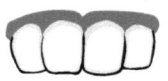

غابں
....
răng

ژبه
....
lưỡi

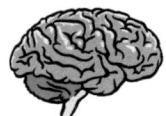

مغز
....
não

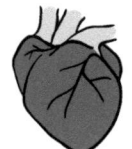

زړه
....
tim

عضله
....
cơ bắp

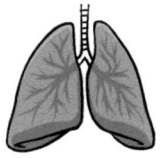

سږی
....
phổi

ځيګر
....
gan

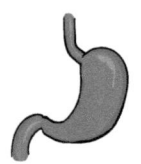

معده
....
dạ dày

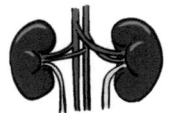

پښتورګي
....
thận

جنسي نژدي والی
....
giao hợp

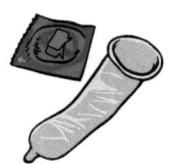

كاندوم
....
bao cao su

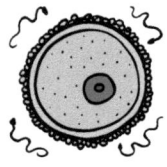

تخمه
....
noãn

مني
....
tinh dịch

حمل
....
mang thai

بدن - cơ thể

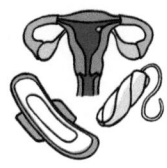

حیض

kinh nguyệt

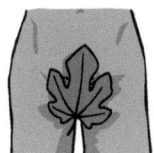

مهبل

âm vật

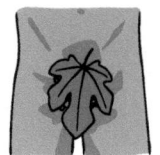

د نارینه تناسلي آله

dương vật

وروځی

lông mày

ویښته

tóc

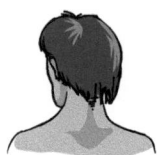

غاړه

cổ

روغتون
bệnh viện

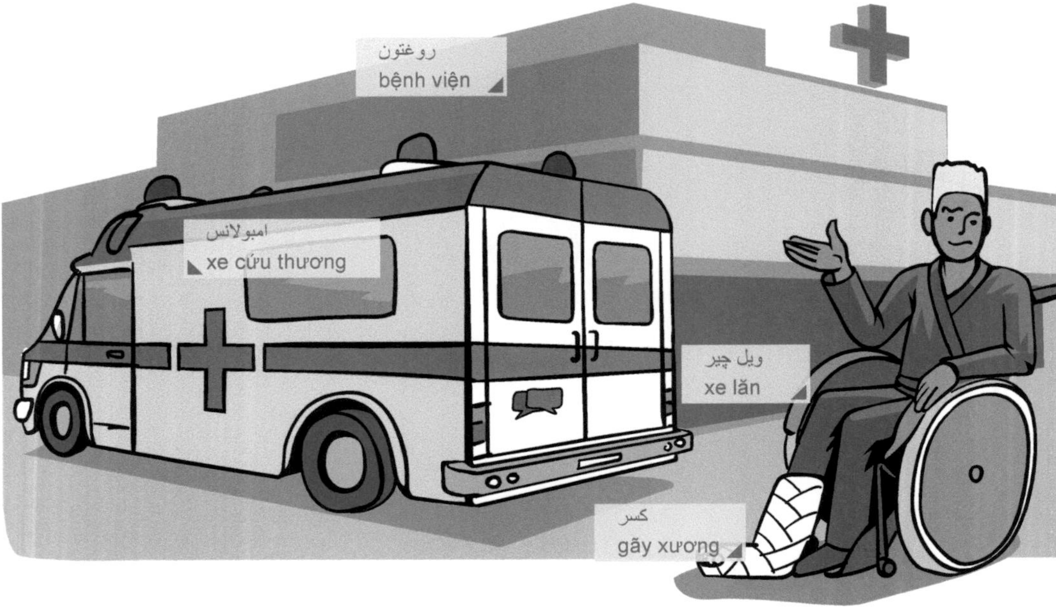

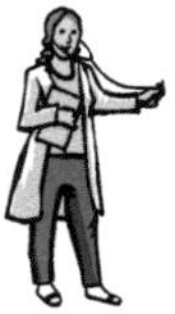

روغتون
bệnh viện
امبولانس
xe cứu thương
ويل چير
xe lăn
كسر
gãy xương

باکټر

bác sĩ

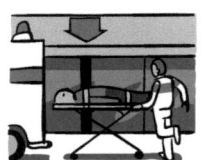

عاجل خونه

phòng cấp cứu

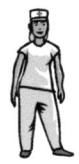

رنځورپال

y tá

عاجل

cấp cứu

بي هوش

bất tỉnh

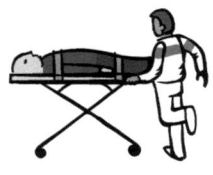

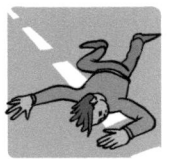

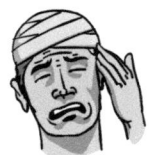

درد

cơn đau

پ‌تّ

bị thương

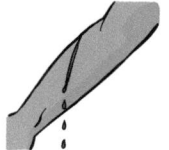

وينه توّيدل

chảy máu

د زړه حمله

nhồi máu cơ tim

ضرب

đột quỵ

حساسيت

dị ứng

ټوخی

ho

تّبه

sốt

انفلوينزا

cúm

نس ناستی

tiêu chảy

سر درد

đau đầu

سرطان

ung thư

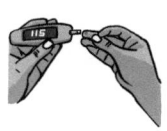

شکر

bệnh tiểu đường

جراح

bác sĩ phẫu thuật

سکالپل

dao mổ

عمليات

giải phẫu

سی‌تی‌سی

chụp cắt lớp

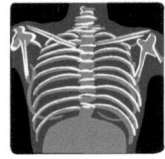

ری ایکس

chụp x-quang

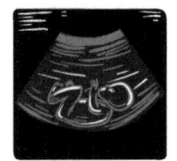

اولتراساوند

siêu âm

د مخ ماسک

mặt nạ

غیوران

bệnh

انتظار خونه

phòng đợi

آسما

cái nạng

پلستر

băng dán vết thương

بنداژ

băng bó

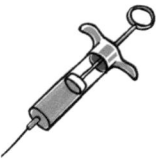

تزریق

tiêm thuốc

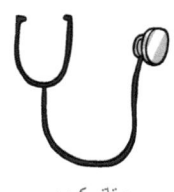

ستاتسکوپ

ống nghe khám bệnh

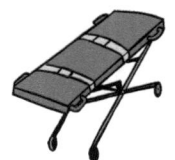

تسکیره

băng ca

کلینکي ترماميتر

nhiệt kế

زیږون

sinh đẻ

زیات وزن

thừa cân

د اوريدو مرسته

....

máy trợ thính

د عفونيت ځخه پاکونکي مواد

....

chất khử trùng

عفونيت

....

nhiễm trùng

ويروس

....

vi rút

ايچ.آی.وی/ايدز

....

HIV / AIDS

درمل

....

thuốc

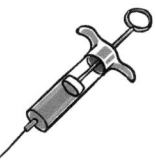

واکسين

....

tiêm chủng

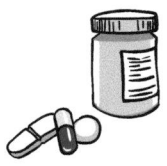

ت،ابليت،س

....

thuốc viên

گولی

....

viên thuốc

عاجل تليفون

....

gọi cấp cứu

د وينی د فشار څارونکی

....

máy đo huyết áp

ناروغ/روغ

....

bệnh / khỏe mạnh

cấp cứu

مرستہ!

cứu!

الارم

báo động

يرغل

cuộc đột kích

بريد

sự tấn công

خطر

mối nguy hiểm

هراله عاجل

lối thoát hiểm

اور!

cháy!

د اور وژونکی

bình chữa cháy

پیښه

tai nạn

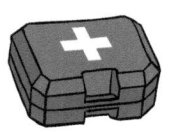

د لومړی مرستې لوازم

bộ dụng cụ sơ cứu

ايس.او.ايس

SOS

پولیس

cảnh sát

اروپا

châu Âu

شمالي امريکا

Bắc Mỹ

سهيلي امريکا

Nam Mỹ

افريقا

châu Phi

آسيا

châu Á

آسترېليا

châu Úc

اتلانتيک

Đại Tây Dương

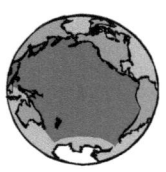

پاسيفيک

Thái Bình Dương

د هند بحر

Ấn Độ Dương

جنوبي منجمد بحر

Nam Cực Dương

د شمال قطب بحر

Bắc Băng Dương

شمالي قطب

bắc cực

سهيلي قطب
....
nam cực

انتَاركتيكا
....
nam cực

خُمکه
....
trái đất

خُمکه
....
đất liền

بحر
....
biển

تَپاپو
....
đảo

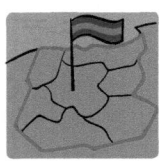

ملت
....
quốc gia

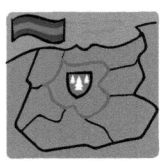

دولت
....
nhà nước

د مخي ساعت
....
mặt đồng hồ

د ساعت ستنه
....
kim chỉ giờ

د دقیقي ستنه
....
kim chỉ phút

د ثانیی ستنه
....
kim chỉ giây

څه وخت دی؟
Bây giờ là mấy giờ?

ورځ
....
ngày

وخت
....
thời gian

اوس
....
bây giờ

ديجيتل ساعت
....
đồng hồ điện tử

دقیقه
....
phút

ساعت
....
giờ

tuần lễ

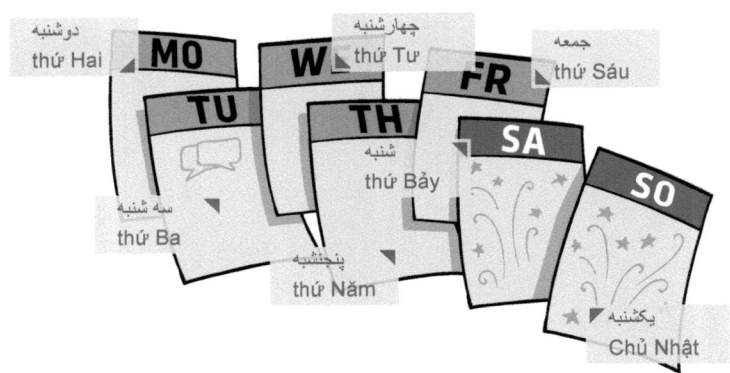

دوشنبه
thứ Hai

چهارشنبه
thứ Tư

جمعه
thứ Sáu

سه شنبه
thứ Ba

شنبه
thứ Bảy

پنجشنبه
thứ Năm

یکشنبه
Chủ Nhật

پرون
hôm qua

نن
hôm nay

سبا
ngày mai

سهار
buổi sáng

غرمه
buổi trưa

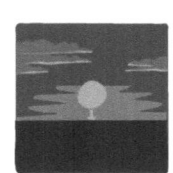

ماښام
buổi tối

MO	TU	WE	TH	FR	SA	SU
1	2	3	4	5	6	7
8	9	10	11	12	13	14
15	16	17	18	19	20	21
22	23	24	25	26	27	28
29	30	31	1	2	3	4

کاري ورځي
ngày làm việc

MO	TU	WE	TH	FR	SA	SU
1	2	3	4	5	6	7
8	9	10	11	12	13	14
15	16	17	18	19	20	21
22	23	24	25	26	27	28
29	30	31	1	2	3	4

د اونی پای
cuối tuần

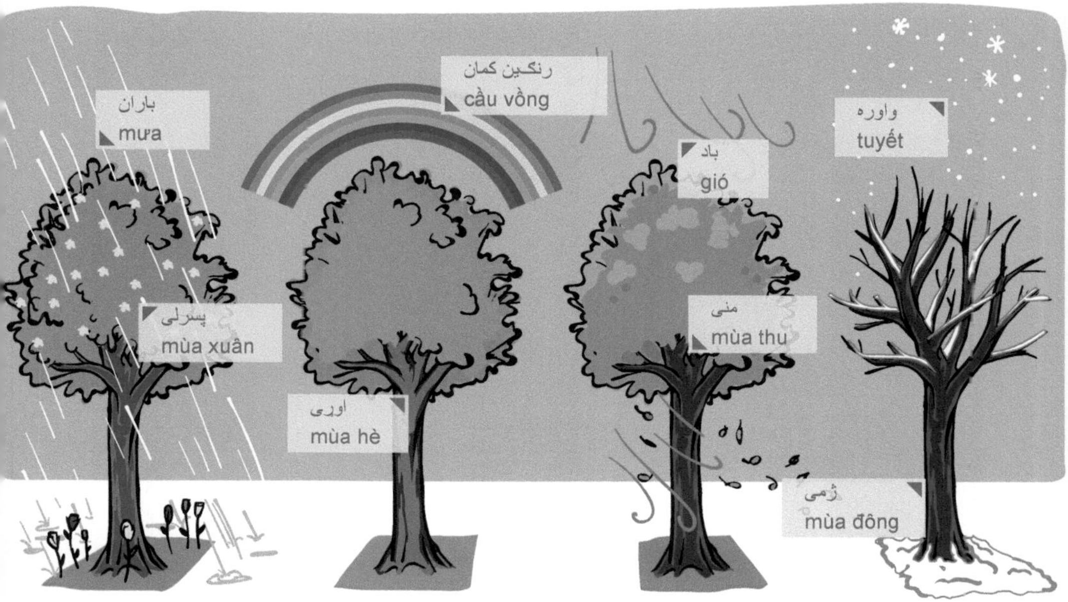

باران
mưa
رنګین کمان
cầu vồng
باد
gió
واوره
tuyết
پسرلی
mùa xuân
اوړی
mùa hè
منی
mùa thu
ژمی
mùa đông

4.APRIL 11°
5.APRIL 4°
6.APRIL 13°
7.APRIL 8°
8.APRIL 10°

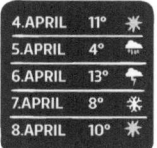

د موسم وړاندوینه

dự báo thời tiết

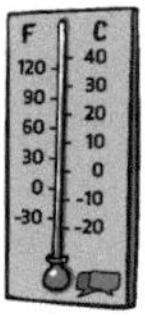

F C
120 40
90 30
60 20
30 10
0 0
-30 -10
-20

ترمومیټر

nhiệt kế

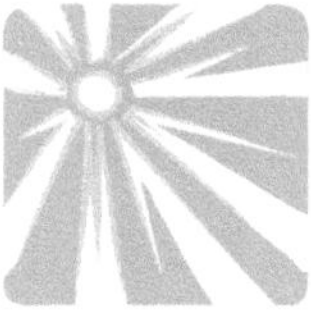

د لمر وړانګې

ánh nắng

وريځ

mây

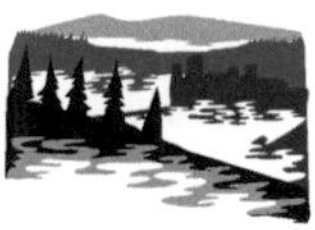

لړه

sương mù

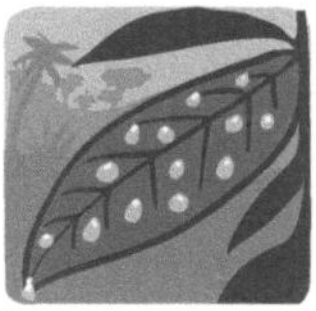

رطوبت

độ ẩm không khí

بجلی

tia chớp

تندر

sấm sét

توفان

cơn bão

اولے وریدل

mưa đá

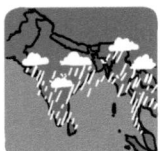

مون سون باران

gió mùa

سیلاب

lũ lụt

یخ

nước đá

جنوری

tháng Một

فبروری

tháng Hai

مارچ

tháng Ba

اپریل

tháng Tư

می

tháng Năm

جون

tháng Sáu

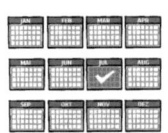

جولائی

tháng Bảy

اگست

tháng Tám

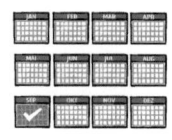

سپتمبر

tháng Chín

اكتوبر

tháng Mười

نومبر

tháng Mười Một

دسمبر

tháng Mười Hai

دايره

hình tròn

مربع

hình vuông

مستطيل

hình chữ nhật

مثلث

hình tam giác

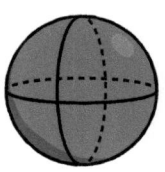

توپ

hình cầu

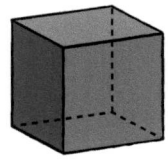

فال

khối vuông

سپین
....
màu trắng

ژیر
....
màu vàng

نارنجي
....
màu cam

کلابي
....
màu hồng

سور
....
màu đỏ

ارغواني
....
màu tím

نیلي
....
màu xanh dương

شین
....
màu xanh lá cây

نسواري
....
màu nâu

خړ
....
màu xám

تور
....
màu đen

خورا ډیر/خورا لږ

nhiều / ít

قار/ارام

tức tối / điềm tĩnh

ښکلی/بدشکله

xinh đẹp / xấu xí

پیل/پای

bắt đầu / kết thúc

لوی/کوچنی

to / nhỏ

روښانه/تیاره

sáng / tối

ورور/خور

anh (em) trai / chị (em) gái

پاک/ککر

sạch / bẩn

مکمل/نامکمل

đủ / thiếu

ورخ/شپه

ngày / đêm

مړ/ژوندی

chết / sống

پراخه/تنری

rộng / chật hẹp

د خوراک ور/نه خورل کیدونکی
....
ăn được / không ăn được

بد/مهربان
....
ác / tử tế

پاریدلی/بې خونده
....
hào hứng / chán nản

چاق/وچ
....
béo / gầy

لومړی/وروستی
....
đầu tiên / cuối cùng

ملګری/دښمن
....
bạn / thù

ډک/تش
....
đầy / rỗng

سخت/نرم
....
cứng / mềm

درون/سپک
....
nặng / nhẹ

لوږه/تنده
....
đói / khát

ناروغ/روغ
....
bệnh / khỏe mạnh

غیرقانونی/قانوني
....
bất hợp pháp / hợp pháp

هوښیار/ساده
....
thông minh / ngu

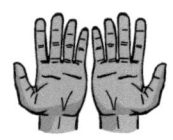

کيڼ/ښي
....
trái / phải

نژدې/لرې
....
gần / xa

نوی/زور

mới / cũ

هیڅ/څه

không có gì cả / có cái gì đó

بوډا/ځوان

già / trẻ

چالان/بند

bật / tắt

خلاص/تړلی

mở / đóng

غلي/پور غږ

im lặng / ồn ào

بډايه/غريب

giàu / nghèo

صحيح/غلط

đúng / sai

زېر/ملايم

sần sùi / mịn màng

خفه/خوښ

buồn / vui

لنډ/اوږد

ngắn / dài

سست/ګرندی

chậm / nhanh

لوند/وچ

ẩm ướt / khô ráo

ګرم/يخ

ấm áp / mát mẻ

جګړه/سوله

chiến tranh / hòa bình

0

صفر

số không

1

یو

một

2

دوه

hai

3

دری

ba

4

څلور

bốn

5

پنځه

năm

6

شپږ

sáu

7

اوه

bảy

8

اته

tám

9

نهه

chín

10

لس

mười

11

یولس

mười một

12
سلودد
mười hai

13
سلاريد
mười ba

14
سلاروخ
mười bốn

15
سلخنپ
mười lăm

16
س سارپش
mười sáu

17
سلوو
mười bảy

18
سلتا
mười tám

19
سلون
mười chín

20
لش
hai mươi

100
لس
một trăm

1.000
رز
một ngàn

1.000.000
ميليون
một triệu

انگلسي

tiếng Anh

امريكايي انگلسي

tiếng Anh Mỹ

چينايي مندرين

tiếng Quan Thoại

هندي

tiếng Hin-di

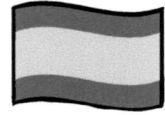

هسپانوي

tiếng Tây Ban Nha

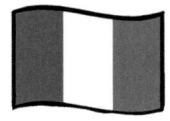

فرانسوي

tiếng Pháp

عربي

tiếng Ả-rập

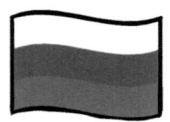

روسي

tiếng Nga

پرتگالي

tiếng Bồ Đào Nha

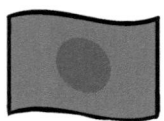

بنگالي

tiếng Bengal

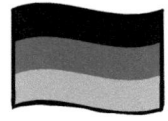

آلماني

tiếng Đức

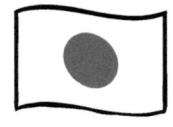

جاپاني

tiếng Nhật

زه

tôi

ته

bạn

هغه/دغه/دا

anh ta / cô ta / nó

مونږ

chúng tôi

تاسې

các bạn

دوی/هغوی

họ

څوک؟

ai?

څه؟

cái gì?

څنګه؟

như thế nào?

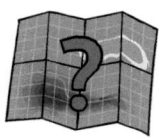

چیري؟

ở đâu?

کله؟

lúc nào?

نوم

tên

شاته

phía sau

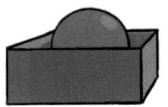

پە

ở trong

پە مخە کی

phía trước

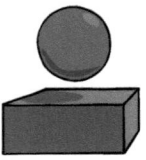

باندی

phía trên

پە

ở trên

لاندی

ở dưới

برسيرە پر

bên cạnh

ترميذخ

ở giữa

خاى

chỗ